PARIYATTI

867 Larmon Road Onalaska,
Washington 98570 USA

Tel: 360.978.4998

www.pariyatti.org

Pariyatti là một tổ chức phi lợi nhuận với chủ đích làm
cho thế giới phong phú hơn qua việc :

- Phổ biến rộng rãi những lời dạy của Đức Phật
- Bổ túc kiến thức cho những người tìm kiếm
  con đường giải thoát
- Soi sáng con đường này cho người hành thiền

Vipassana Research Publications
an imprint of
Pariyatti Publishing
www.pariyatti.org

ISBN: 978-1-681722-69-6 (Softcover)

978-1-681722-70-2 (PDF)

978-1-681722-71-9 (ePub)

978-1-681722-72-6 (Mobi)

NGHỆ THUẬT CHẾT

CHẾT

THE ART OF DYING

THIỀN SƯ VIPASSANA S. N. GOENKA
VÀ NHIỀU TÁC GIẢ

Sưu tầm và biên soạn nguyên tác Anh ngữ
Virginia Hamilton

Vipassana Research Publications

NỘI DUNG

Manopubbaṅgamā dhammā,
manoseṭṭhā manomayā;
Manasā ce paduṭṭhena,
bhāsati vā karoti vā;
Tato naṃ dukkhamanveti,
cakkaṃva vahato padaṃ.
Manopubbaṅgamā dhammā,
manoseṭṭhā manomayā;
Manasā ce pasannena,
bhāsati vā karoti vā;
Tato naṃ sukhamanveti
chāyāva anapāyinī.

—Dhammapada 1.1-2

Tâm ý dẫn đầu các pháp,
Tâm ý là quan trọng nhất.
Bất kỳ điều gì ta trải qua trong cuộc sống,
Không gì khác hơn là sản phẩm của chính tâm ý mình.
Nếu ta nói năng hay hành động với tâm ý ô nhiễm,
Khổ đau sẽ theo sau,
Giống như bánh xe phải theo sau con bò kéo xe.
... ... Nếu ta nói năng hay hành động với tâm ý thanh tịnh,
Hạnh phúc sẽ theo sau, như hình với bóng không tách rời.

Kinh Pháp Cú, Phẩm thứ nhất, Kệ số 1 và 2.

Ý dẫn đầu các pháp,	*Ý dẫn đầu các pháp,*
Ý làm chủ, ý tạo;	*Ý làm chủ, ý tạo,*
Nếu với ý ô nhiễm,	*Nếu với ý thanh tịnh,*
Nói lên hay hành động,	*Nói lên hay hành động,*
Khổ não bước theo sau,	*An lạc bước theo sau,*
Như xe, chân vật kéo.	*Như bóng, không rời hình.*

Bản dịch của Hòa thượng Thích Minh Châu

Kính dâng

Tuyển tập này gồm những câu chuyện, bài giảng và thơ văn nói về cái chết và sự chuẩn bị cho cái chết thông qua thiền tập Vipassana, xin kính dâng lên Ngài S. N. Goenka. Ngài đã sẵn lòng nhận lấy trách nhiệm từ bậc thầy Sayagyi U Ba Khin để truyền dạy pháp thiền Vipassana ra khắp thế giới và hoan hỷ chia sẻ Phật pháp với tấm lòng rộng mở.

Tập sách này cũng xin kính dâng lên những con người đã đối diện với cái chết của chính mình hoặc của người thân yêu mà chuyện kể về các vị luôn gợi nguồn hứng khởi để chúng tôi phấn chấn và chuyên cần tu tập theo lời Phật dạy.

Lời dẫn

Mặc dù chúng tôi luôn cố gắng để nội dung sách này được dễ hiểu với tất cả mọi người, nhưng thỉnh thoảng có nhiều từ ngữ tiếng Pāli và tiếng Hindi vẫn phải được dùng đến. Những thuật ngữ này sẽ được định nghĩa ở lần đầu tiên xuất hiện và sau đó đưa vào Bảng thuật ngữ ở cuối sách. Vài thuật ngữ quan trọng cũng được giải thích ngay dưới đây.

Tiếng Pāli là một ngôn ngữ cổ xưa của Ấn Độ được sử dụng để ghi chép lại những lời Phật dạy. Những cứ liệu về mặt lịch sử, ngôn ngữ học và khảo cổ học đều cho thấy đây là ngôn ngữ được sử dụng ở miền bắc Ấn Độ vào thời đức Phật hoặc gần lúc đó. Những tham chiếu về các bài kệ tiếng Pāli trong sách này được lấy từ Tam tạng Pāli (*Pāli Tipiṭaka*) theo bản in của Viện Nghiên cứu Vipassana (Vipassana Research Institute).

Dhamma *(Sanskrit:*[1] *Dharma) gồm các nghĩa:*
- *Tất cả các hiện tượng*
- *Đối tượng của tâm ý*
- *Thế giới tự nhiên*
- *Luật tự nhiên, quy luật vận hành tất nhiên*
- *Nguyên lý giải thoát, Giáo pháp, nghĩa là lời dạy của một bậc giác ngộ, [khi làm theo đúng sẽ được giải thoát].*

Doha *(những câu thơ kệ có vần điệu), là thể loại thi ca có từ thời sơ khai của văn học Ấn Độ. Các bài doha trong sách này được thầy Goenka biên soạn và ngâm tụng bằng tiếng Hindi, được thiền sinh lắng nghe trong giờ nghỉ của thời khóa thiền buổi sáng tại các trung tâm thiền Vipassana ở Ấn Độ.*

---

[1] Tiếng Sanskrit gọi là Bắc Phạn và là nguồn Kinh điển Bắc truyền, được chuyển dịch hầu hết sang Hán tạng. Tiếng Pāli gọi là Nam Phạn và là ngôn ngữ ghi chép Kinh điển Nam truyền, đã được Hòa thượng Thích Minh Châu và một số vị sau này chuyển dịch sang Việt ngữ. Tiếng Pāli và tiếng Sanskrit thường khá giống nhau nhưng có nhiều khác biệt về cách viết.

Đôi nét về Ngài S. N. Goenka

S. N. Goenka (1924-2013)

Ngài Satya Narayan Goenka (thường được các thiền sinh kính mến gọi là Goenkaji)[1] là một thiền sư Vipassana theo truyền thống của ngài Sayagyi U Ba Khin ở Miến Điện.

Mặc dù Goenkaji là người Ấn Độ, nhưng ngài sinh ra và lớn lên tại Miến Điện. Trong thời gian này, ngài may mắn gặp được ngài U Ba Khin và theo học phương pháp thiền Vipassana. Sau khi theo học với thầy 14 năm, ngài Goenkaji sang định cư ở Ấn Độ và bắt đầu dạy thiền Vipassana từ năm 1969. Trong một đất nước vẫn còn sự chia cách sâu sắc bởi những khác biệt về giai

---

[1] Trong tiếng Miến Điện, chữ "ji" được thêm vào sau tên người để tỏ ý kính trọng.

cấp và tôn giáo nhưng những khóa thiền do Goenkaji tổ chức đã thu hút hàng ngàn người từ đủ mọi thành phần xã hội khác nhau. Thêm vào đó còn có nhiều người trên khắp thế giới cũng tìm đến tham gia các khóa thiền Vipassana.

Goenkaji đã dạy thiền cho hàng chục ngàn người trong hơn 300 khóa học ở Ấn Độ và các nước khác, Đông phương cũng như Tây phương. Năm 1982, ngài bắt đầu bổ nhiệm các thầy cô phụ giảng nhằm đáp ứng nhu cầu tăng thêm các khóa thiền. Những trung tâm thiền được thiết lập dưới sự hướng dẫn của ngài ở Ấn Độ, Canada, Mỹ, Úc, Tân Tây Lan, Pháp, Anh, Nhật, Sri Lanka, Thái Lan, Miến Điện, Nepal và nhiều nước khác.

Kỹ thuật thiền do Goenkaji giảng dạy tiêu biểu cho một truyền thống cổ xưa từ thời đức Phật. Những gì đức Phật dạy không mang tính cách tín ngưỡng, tôn giáo. Ngài dạy Dhamma - con đường giải thoát - phổ biến cho tất cả. Cũng trong truyền thống đó, những giảng dạy của Goenkaji hoàn toàn không mang tính giáo phái. Vì vậy, sự giảng dạy của ngài có sự thu hút cực kỳ mạnh mẽ đối với nhiều người thuộc những tầng lớp khác nhau, thuộc mọi tín ngưỡng cũng như không tín ngưỡng và từ khắp mọi nơi trên thế giới.

Trong cuộc đời mình, Goenkaji đã từng nhận rất nhiều sự vinh danh nhưng ngài luôn nhấn mạnh rằng tất cả những sự vinh danh đó thật sự là dành cho Dhamma.

S. N. Goenka trút hơi thở bình yên cuối cùng vào chiều Chủ nhật ngày 29 tháng 9 năm 2013 tại nhà riêng ở Mumbai, Ấn Độ. Đó là năm ngài 90 tuổi và đã phụng sự cả nửa cuộc đời trong vai trò một thiền sư Vipassana. Di sản của ngài sẽ còn tiếp tục lưu truyền khi nhân loại trên thế giới này vẫn còn tìm cầu giáo pháp giải thoát.

Một ngày qua

Dưới đây là ghi chép mô tả cách thức Shri Satya Narayan Goenka đối diện với những giây phút cuối cùng của ngài vào Chủ nhật, ngày 29 tháng 9 năm 2013.

Đôi khi sự kết thúc của một cuộc đời cũng êm ả như một ngày trôi qua.

Vào những tháng cuối cùng của đời mình, Goenkaji buộc phải dùng xe lăn và đối diện với sự đau đớn ngày càng gia tăng. Tuy vậy, ngài vẫn nỗ lực để tiếp tục nếp sống bình thường như trước. Ngài thường nhắc lại việc đức Phật đã giáo hóa như thế nào cho đến những giây phút cuối cùng. Rõ ràng là Goenkaji có ý muốn noi theo tấm gương vĩ đại của đức Phật. Ngài tiếp tục gặp gỡ khách viếng thăm và quan tâm chặt chẽ đến các pháp sự.

Vào ngày cuối cùng, lúc ăn sáng Goenkaji đã hỏi con trai là Shriprakash về tiến trình xây dựng ở Global Vipassana Pagoda. Shriprakash đáp rằng hôm nay anh sẽ đến Global Vipassana Pagoda và khi trở về sẽ có một báo cáo đầy đủ.

Trong ngày hôm đó, Goenkaji đã duyệt lại một tuyển tập gồm 500 bài doha (thi kệ) của ngài để chuẩn bị cho việc xuất bản. Bao giờ cũng vậy, ngài luôn yêu thích công việc này.

Vào lúc ăn trưa, Goenkaji nói: "Ta không cần đến các bác sĩ nữa." Vợ ngài, bà Mataji không liên tưởng đến ý nghĩa đặc biệt nào của câu nói này. Bà cho là ngài đang nói đến vị bác sĩ gần đây đã đến khám. Tuy nhiên, rõ ràng là Goenkaji muốn có một ngày thật yên tĩnh, không bị quấy rầy.

Sau giờ uống trà, Goenkaji xem qua những tin chính trên báo, như ngài vẫn quen làm như vậy mỗi ngày. Sau đó, ngài ngồi thiền trên ghế trong phòng riêng. Ngài đến bàn ăn để ăn tối nhưng giữ yên lặng suốt buổi và rồi đi thẳng về phòng ngay sau đó.

Ngài tiếp tục ngồi một lúc rồi nhờ người giúp nằm xuống giường. Ngay khi vừa nằm xuống, ngài bắt đầu thở nhanh hơn. Mataji nhận ra điều này khi vừa bước vào phòng nên bà gọi Shriprakash đến ngay. Goenkaji mở mắt nhìn và nhận ra con trai nhưng không nói gì. Shriprakash gọi điện cho bác sĩ gia đình. Và rồi một bác sĩ sống trong cùng tòa nhà ấy đã đến ngay lập tức.

Nhưng mọi việc diễn ra và kết thúc quá nhanh. Hơi thở ngài đi vào, đi ra rồi dừng lại. Quả tim đã ngừng đập. Không có dấu hiệu nào của sự đau đớn hay căng thẳng trên khuôn mặt Goenkaji. Bầu không khí trong phòng thật thanh thản và bình yên.

Lúc đó là 10 giờ 40 phút tối, một ngày đã trôi qua và cũng vừa vặn kết thúc một cuộc đời dài sống trong Chánh pháp.

ĐÔI DÒNG VỀ SÁCH NÀY

Trong nhiều năm qua, tôi và chồng tôi đều là biên tập viên của Bản tin Vipassana (Vipassana Newsletter). Điều này giúp chúng tôi có một cơ hội độc đáo được nghe biết và gặp nhiều câu chuyện đầy hứng khởi về các thiền giả, những người đã ra đi vĩnh viễn trong sự dũng cảm và bình thản, với tràn đầy tuệ giác từ công phu thiền tập của họ. Chúng tôi cũng được xem qua những trường hợp kể lại về cái chết của cha hoặc mẹ, vợ hoặc chồng, con cái và bè bạn... Thông thường, khi chứng kiến người thân của mình ra đi trong sự mãn nguyện và bình tâm, những người hiện diện liền cảm thấy tràn ngập một niềm hạnh phúc bất ngờ chính trong lúc trải qua sự mất mát không gì thay thế được.

Đức Phật từng nói: "Ta chỉ giảng dạy hai điều: Khổ đau và con đường thoát khỏi khổ đau." Tuyển tập này gồm những bài giảng của Goenkaji về Phật pháp, những kệ tụng trích từ Kinh Phật, những thi kệ kể chuyện về các vị tăng ni vào thời đức Phật, những chuyện kể về các vị thiền giả. Tập sách được ra đời từ sự chấp nhận sự thật khổ đau. Trong sách trình bày tấm gương điển hình của những người đạt được sức mạnh và hương vị giải thoát thông qua công phu tu tập và minh họa một cách thuyết phục hiệu quả của con đường Đạo, lối thoát khỏi khổ đau.

Tôi sưu tập những câu chuyện này không chỉ để giúp các thiền giả Vipassana chính thức có thể duy trì và củng cố con đường tu tập, mà cũng để khuyến khích những ai đang tìm kiếm sự bình an và hiểu biết hãy thực sự rèn luyện khả năng "tự nhận biết chính mình", trên bình diện thực nghiệm, để phát triển tuệ giác của chính họ.

Cầu mong quý vị thể nghiệm được kết quả của con đường tu tập theo lời Phật dạy: thoát khỏi mọi khổ đau mà ta luôn phải đối mặt trong suốt cuộc đời mình.

Virginia Hamilton
Tháng Một - 2014

VỀ PHÁP THIỀN VIPASSANA

Vipassana – có nghĩa là nhìn mọi sự việc đúng thật như chúng đang hiện hữu - là một trong những phương pháp thiền cổ xưa nhất của Ấn Độ. Cách đây hơn 2500 năm, đức Phật Thích-ca Mâu-ni tái phát hiện pháp thiền này và mang ra giảng dạy như một phương thức trị liệu phổ quát dành cho những căn bệnh phổ quát - một "nghệ thuật sống".

Pháp thiền không phân biệt tông phái này nhằm mục đích tẩy trừ hoàn toàn những bất tịnh trong tâm và đạt được niềm hạnh phúc cao nhất của sự giải thoát trọn vẹn. Mục tiêu của pháp thiền không chỉ là chữa trị bệnh tật, mà là một phương pháp thiết yếu để chữa lành đau khổ của kiếp người.

Vipassana là một phương pháp tự chuyển hóa thông qua tự quán sát, đặt trọng tâm vào sự tương quan giữa tâm và thân. Mối liên kết tâm-thân này có thể được kinh nghiệm trực tiếp bằng tâm chuyên chú có rèn luyện, hướng đến những cảm giác vốn tạo thành đời sống của thân thể và cũng liên tục chế định đời sống của tâm. Chính lộ trình dựa trên sự quán sát và tự khám phá hướng đến cội nguồn chung của tâm và thân sẽ làm tan rã những bất tịnh trong tâm, dẫn đến một tâm quân bình tràn ngập yêu thương và bi mẫn.

Các định luật khoa học làm nền tảng cho những tư tưởng, cảm xúc, phán đoán và cảm giác của chúng ta ngày nay đã được hiểu rõ. Chúng ta phát triển hay suy thoái theo cách như thế nào, vì sao ta tạo ra khổ đau hay tự mình thoát khỏi khổ đau, những điều này sẽ được nhận hiểu rõ qua kinh nghiệm trực tiếp. Từ đó, đặc trưng của đời sống sẽ là sự tăng thêm mức độ tự kiểm soát bản thân, luôn tỉnh giác, không vọng tưởng và sống thật an vui.

Source: www.dhamma.org

Yogā ve jāyatī bhūri,
ayogā bhūrisaṅkhayo.
Etaṃ dvedhāpathaṃ ñatvā,
bhavāya vibhavāya ca;
Tathāttānaṃ niveseyya,
yathā bhūri pavaḍḍhati.

—Dhammapada 20.282

Quả thật, từ nơi thiền trí tuệ khởi sinh.
Không có thiền, trí tuệ diệt mất.
Biết rõ con đường nào dẫn đến thành tựu hay mất mát,
Ta phải tự mình tu tập sao cho trí tuệ được tăng trưởng.

—Kinh Pháp cú, Phẩm 20, kệ số 282

Tu Thiền, trí tuệ sanh,
Bỏ Thiền, trí tuệ diệt.
Biết con đường hai ngả,
Đưa đến hữu, phi hữu.
Hãy tự mình nỗ lực,
Khiến trí tuệ tăng trưởng.

Bản Việt dịch của Hòa thượng Thích Minh Châu[1]

---

[1]Trong sách này, những bài kệ tụng trích từ kinh Pháp Cú sẽ được chúng tôi đưa kèm theo bản Việt dịch của Hòa thượng Thích Minh Châu để độc giả tham khảo. Do Hòa thượng đã dịch trực tiếp từ tiếng Pali nên khi chúng ta so sánh với bản Việt dịch từ tiếng Anh, vốn cũng được dịch từ tiếng Pali, sẽ được sáng tỏ ý nghĩa hơn.

Sự ra đi trong Chánh pháp của mẹ tôi

Năm 1985, một thiền sinh thưa hỏi Goenkaji rằng liệu có thể nào nhận biết được những cảm giác vào thời điểm chết. Để đáp lại, thầy đã kể câu chuyện sau đây về cái chết người mẹ nuôi của thầy. (Câu chuyện này trước đây được xuất bản trong Bản tin Vipassana, số tháng 4 năm 1992.)

Tôi là một trong sáu người con trai. Tôi được chú thiếm tôi, ông Dwarkadas và bà Ramidevi Goenka, nhận làm con nuôi từ khi tôi còn nhỏ. Ông bà có sáu người con gái nhưng không có con trai.

Mẹ nuôi tôi là một đệ tử nhiệt thành của thầy tôi, ngài Sayagyi U Ba Khin. Bà đã có tiến triển rất lớn trong những năm thực hành thiền Vipassana dưới sự hướng dẫn của ngài Sayagyi và thầy rất thương mẹ tôi. Theo như được biết cho đến nay, mẹ là người học trò duy nhất đã qua đời trước sự chứng kiến của thầy.

Năm 1967, khi mẹ tôi khoảng 70 tuổi, bà được chẩn đoán mắc bệnh ung thư gan giai đoạn cuối.[1] Trong gia đình, chúng tôi không biết được bà đã chịu đựng bao lâu vì bà chẳng bao giờ than phiền. Chỉ một tuần trước khi chết, bà mới tình cờ nói về những cơn đau trong vùng gan. Khi người con dâu (tức là vợ tôi, bà Goenka) bảo bà mô tả cơn đau, bà nói: "Ừ, cơn đau này cũng tương tự như cơn đau lúc sinh con của người phụ nữ vậy, chỉ khác là nó liên tục không ngắt quãng."

Vào lúc đó, bà đã thiền tập rất nghiêm túc qua bảy năm rồi. Bà đến trung tâm thiền mỗi khi có khóa thiền, cho dù là 10 ngày, một tháng hoặc bất kể là bao lâu. Túi hành lý của bà luôn

---

[1] Nguyên tác dùng "advanced stage of liver cancer". Theo Trung tâm Trị liệu Ung thư Hoa Kỳ (Cancer Treatment Centers of America) thì "advanced liver cancer" thuộc giai đoạn IV, tức giai đoạn cuối cùng trong sự phát triển của căn bệnh này. (www.cancercenter.com)

sẵn sàng. Bà cũng tự hành thiền ở nhà. Mặc dù xuất thân từ gia đình sùng đạo Hindu,[1] bà không còn quan tâm đến các nghi thức tế lễ. Bà đã từ bỏ tất cả.

Từ khi được chẩn đoán mắc bệnh ung thư cho đến khi bà mất vào bảy ngày sau đó, bà không cho phép ai nói với bà về căn bệnh. Bà nghiêm khắc yêu cầu chỉ các thiền sinh Vipassana mới được phép vào phòng bà, và cũng chỉ để ngồi thiền mà thôi. Họ có thể ngồi thiền trong nửa giờ, một giờ hoặc nhiều giờ, rồi phải rời đi một cách lặng lẽ.

Theo tập tục trong cộng đồng Hindu, bạn bè thân quen của một người sắp chết phải đến nhà thăm viếng để tỏ lòng kính trọng. Mẹ tôi là người quen biết rất nhiều và có nhiều người muốn đến thăm bà trong giai đoạn bệnh tật cuối cùng này. Đối với những người không phải thiền sinh, bà dặn dò hoan nghênh họ đến thăm nhưng không cho vào phòng bà. Họ có thể đến ngồi im lặng bên ngoài cửa phòng.

Mẹ tôi không quan tâm đến việc trị bệnh, nhưng làm con tôi có bổn phận phải lo việc điều trị cho bà. Mỗi ngày, bác sĩ gia đình của chúng tôi và một bác sĩ chuyên khoa đều đến thăm bệnh cho bà. Khi họ hỏi bà về những cơn đau, bà nói: "À, có đau đấy. Nhưng có sao đâu? *Anissa, anissa.*" (Bà phát âm chữ *anicca* trong tiếng *Pāli*, nghĩa là vô thường, theo âm Miến Điện.) Chuyện đó với bà không có gì quan trọng cả.

Một buổi sáng, vị bác sĩ chuyên khoa sợ rằng cơn đau của bệnh ung thư có thể làm bà mất ngủ. Ông hỏi: "Đêm qua bà ngủ có ngon không?" Bà đáp: "Không, cả đêm tôi không ngủ." Ông liền kê toa mấy viên thuốc ngủ để bà uống đêm đó. Hôm sau, vị bác sĩ đến và hỏi xem bà có ngủ không, và bà đáp "Không". Một lần nữa, ông hỏi lại vào ngày thứ ba và bà vẫn đáp: "Không."

Mặc dù bà không than phiền gì, nhưng vị bác sĩ lo lắng rằng bà không ngủ do quá đau đớn. Vì tình trạng khan hiếm thuốc lúc đó, vị bác sĩ không biết loại thuốc nào đang có sẵn ở tiệm

---

[1] Tức Ấn Độ giáo.

thuốc nên liền kê toa ba liều thuốc ngủ mạnh khác nhau, với dụng ý chỉ cần mua một trong số đó. Tuy nhiên, cả ba loại đều có sẵn và được mua đủ, rồi do sự hiểu lầm, mẹ tôi được trao cho liều thuốc ngủ với đủ ba loại thuốc đó. Buổi sáng hôm sau, một lần nữa bà lại báo với bác sĩ rằng, mặc dù mí mắt bà có trĩu nặng, nhưng suốt đêm bà vẫn không ngủ.

Khi ấy tôi nhận ra rằng vị bác sĩ đã không hiểu được vấn đề. Đối với một thiền sinh Vipassana, giấc ngủ không quan trọng, đặc biệt là khi người bệnh sắp chết. Bất chấp tác dụng của thuốc, ý chí mạnh mẽ của mẹ tôi đã giữ bà tỉnh thức. Bà đã thực hành thiền Vipassana trong từng giây phút. Tôi giải thích với vị bác sĩ rằng dùng thuốc ngủ cũng chẳng ích gì, nhưng ông ấy không thể hiểu được. Ông nói: "Tôi đã cho bà ấy uống liều thuốc mạnh thế này mà vẫn không giúp bà ấy ngủ được. Điều này nhất định cho thấy bà ấy đang cực kỳ đau đớn." Tôi nói: "Không phải do cơn đau, mà chính là thiền Vipassana đã giữ bà ấy trong trạng thái tỉnh thức, nhận biết mọi cảm giác của mình."

Khi chúng tôi rời phòng bà, vị bác sĩ nhận xét: "Có điều gì đó rất đặc biệt ở mẹ ông. Người phụ nữ cùng tuổi bà ấy ở nhà bên cạnh cũng bị ung thư gan. Bà ấy đau khổ vô cùng và kêu thét lên khi đau đớn. Chúng tôi rất tiếc phải nhìn thấy bà trong tình trạng khủng khiếp đó, nhưng không thể giúp xoa dịu được gì. Còn ở đây thì mẹ ông lúc nào cũng mỉm cười khi gặp chúng tôi."

Vào đêm mẹ tôi qua đời, một số người trong gia đình cùng ngồi thiền với bà. Khoảng 11 giờ khuya, bà bảo chúng tôi: "Muộn lắm rồi, mọi người đi ngủ cả đi." Đến khoảng nửa đêm, cô y tá trực nhận thấy không còn mạch đập ở cổ tay bà. Cô bắt đầu lo sợ và nghĩ rằng bà sắp chết nên nói: "Cháu sẽ gọi các con bà dậy nhé?" Mẹ tôi đáp ngay: "Không, không. Vẫn chưa đến giờ bà đi đâu. Khi nào đến giờ, bà sẽ cho cháu biết." Đúng 3 giờ sáng, bà bảo cô y tá: "Đến giờ rồi, gọi hết mọi người trong nhà dậy. Bà phải đi rồi đây."

Và thế là tất cả chúng tôi được đánh thức. Chúng tôi đến và nhận ra ở nhiều phần trên thân thể mẹ không còn mạch nhảy. Chúng tôi gọi điện cho ngài Sayagyi và vị bác sĩ gia đình. Cả hai đều nhanh chóng đến nơi. Khi bác sĩ đến, ông nói rằng mẹ tôi chỉ còn sống được mấy phút nữa thôi.

Ngài Sayagyi đến ngay sau đó. Mẹ tôi đang nằm trên giường, cổ tay bà không còn mạch đập, hệt như đã chết. Nhưng ngay khi vừa nhìn thấy vị thầy, bà lập tức có đủ sức mạnh để đưa hai tay lên và chắp lại để tỏ lòng cung kính thầy.

Khoảng năm phút trước khi mất, bà nhìn tôi và nói: "Mẹ muốn ngồi dậy." Tôi quay sang hỏi ý bác sĩ, ông nói: "Không được, chỉ vài phút nữa bà ấy sẽ chết, hãy để bà ấy chết êm ái. Nếu ông giúp cử động, bà ấy sẽ phải chết trong đau đớn. Bà ấy cũng đã đau đớn lắm rồi, hãy để yên như vậy." Mẹ tôi nghe rõ lời bác sĩ, nhưng vẫn bảo tôi lần nữa: "Không, hãy đỡ mẹ ngồi dậy." Tôi nghĩ: "Đây là ý muốn cuối cùng của mẹ. Mẹ không quan tâm đến cảm giác đau đớn, cho nên những gì bác sĩ nói không quan trọng. Mình nhất định phải giúp mẹ ngồi dậy." Tôi kê mấy cái gối dưới lưng bà. Với một nỗ lực gượng mạnh, bà ngồi thẳng dậy trong tư thế ngồi thiền với hai chân tréo nhau và nhìn khắp thảy chúng tôi. Tôi hỏi bà: "Mẹ có nhận biết cảm giác không? Có nhận biết *anissa* (vô thường) không?" Bà đưa tay chạm lên đỉnh đầu và nói: "Có, có, *anissa*." Bà mỉm cười... và trong chừng nửa phút, bà tắt hơi.

Khi còn sống, khuôn mặt bà luôn sáng tươi rạng rỡ. Lúc chết cũng vậy, có một quầng sáng rạng ngời trên khuôn mặt bà.

—S.N. Goenka

Không bao lâu sau cái chết của mẹ, Goenkaji rời Miến Điện để mang lời Phật dạy trở về Ấn Độ, nơi đức Phật đản sinh. Và từ Ấn Độ, với sự góp sức của hàng ngàn học trò Goenkaji, Giáo pháp này đã truyền rộng ra khắp thế giới.

Tuệ giác Phật

Đức Phật đã dạy Tứ thánh đế, hay bốn sự thật, áp dụng cho tất cả mọi người. Thánh đế thứ nhất chỉ ra rằng, mầm mống của sự không thỏa mãn vốn đã sẵn có trong mọi sự việc và tất yếu phải dẫn đến khổ đau, cả về tinh thần lẫn vật chất.

Đức Phật nhận biết rằng, sở dĩ như vậy là vì vạn pháp trong vũ trụ đều thay đổi, luôn trong trạng thái không ngừng luân chuyển, không thường còn và không chắc thật. Không có gì giữ nguyên không đổi dù chỉ trong chốc lát.

Trên bình diện cá nhân ở mức độ nào đó, chúng ta cũng nhận biết được sự thật thứ nhất này: Đó là cảm giác trong ta như mọi thứ đều không ổn, như thiếu thốn một điều gì, hoặc nếu đạt được rồi thì không thể nắm giữ. Mọi tình huống thay đổi theo thời gian, những gì trước đây ta mong muốn, giờ không còn quan trọng nữa. Sự kiểm soát của ta nếu thật có cũng hết sức thất thường. Những thú vui phù phiếm không mang lại sự thỏa mãn lâu bền. Sự hài lòng thực sự dường như xa xôi, khó nắm bắt và chóng tàn, vượt ngoài tầm tay ta.

Cảm giác không an toàn này thúc đẩy chúng ta tìm kiếm một điều gì đó thường hằng, đáng tin cậy và an toàn – một điều gì đó vui thú và sẽ bảo đảm cho hạnh phúc trường cửu. Tuy nhiên, vì vạn vật đều không ngừng biến đổi nên một sự tìm cầu như vậy trên căn bản là vô nghĩa.

Thực tế chúng ta không ngừng khao khát được thỏa mãn những tham muốn, đó là Thánh đế thứ hai.

Thông qua những nỗ lực phi thường, đức Phật nhận ra được Thánh đế thứ ba: Có thể chấm dứt những khổ đau ta đang trải qua trong cuộc sống.

Thánh đế thứ tư là Bát thánh đạo, con đường dẫn đến an

bình thực sự và giải thoát chân thật. Đạo lộ này có ba phần: *sīla* (giới, đạo đức), *samādhi* (định, sự tập trung hay làm chủ tâm ý) và *paññā* (tuệ, trí tuệ hay sự thanh lọc tâm).

Giới hạnh là sự rèn luyện nhằm kiềm chế mọi hành vi - từ ý nghĩ, lời nói đến việc làm - có thể gây tổn hại đến người khác hay chính mình. Nỗ lực sống hiền thiện là cơ sở thiết yếu để học làm chủ tâm ý. Phần thứ hai của Đạo lộ này là phát triển sự chú tâm, một sự rèn luyện chuyên sâu hơn để tâm tĩnh lặng và tập duy trì sự nhất tâm. Phần thứ ba của Đạo lộ là sự chứng đắc trí tuệ, đạt được thông qua thiền Vipassana, kỹ thuật mà Đức Phật đã khám phá, để loại trừ hoàn toàn sự điều kiện hóa và những khuôn mẫu thói quen làm gia tăng sự bất hạnh và không thỏa mãn của chúng ta.

Đức Phật nói rằng, sự thanh lọc tâm là một con đường dài, có thể phải trải qua nhiều kiếp sống mới hoàn tất. Ngài dạy rằng chúng ta đã từng trải qua vô số kiếp sống, vô số lần sinh ra rồi chết đi, không thể tính đếm – có những kiếp sống đầy hạnh phúc, hoặc đầy thống khổ, tất cả đều hòa quyện giữa tốt và xấu, dễ chịu và khó chịu, tất cả đều là sống trong sự mù quáng phản ứng với thực tại bên trong ta.

Nếu chúng ta đủ duyên may để nghe biết về Vipassana, nếu chúng ta sẵn sàng học hỏi, để tạo ra những thay đổi trong cuộc đời ta, chúng ta có thể thực hành thật nghiêm túc và bắt đầu phá vỡ dần những khuôn mẫu phản ứng bị chế định bởi vô minh. Rồi chúng ta nhận ra dường như mình hạnh phúc hơn, vững chãi hơn, ít phản ứng và bao dung hơn với người khác. Ta muốn học hỏi thêm. Ta bắt đầu chia sẻ Giáo pháp với mọi người. Nhưng những câu hỏi chung luôn còn đó: Tôi sẽ như thế nào vào lúc chết? Liệu tôi có thanh thản chăng? Liệu tôi có đủ mạnh mẽ để đối diện cái chết một cách bình thản?

Cái chết, sự kết thúc không sao tránh khỏi của cuộc đời, làm cho gần như tất cả mọi người đều sợ hãi. Cái chết thường bao trùm trong đau đớn và khổ não, cả về thân và tâm. Tuy nhiên, đức Phật dạy rằng chết là khoảnh khắc quyết định trên con đường giải thoát mọi khổ đau.

Tại thời điểm chết, một *saṅkhāra* (tâm hành) rất mạnh mẽ sẽ khởi lên trong ý thức. *Saṅkhāra* này tạo sự thúc đẩy cần thiết cho thức mới khởi sinh trong đời sau, một thức mang những phẩm tính của *saṅkhāra* này. Nếu đặc trưng của *saṅkhāra* này là sự bất hạnh hay tiêu cực, thức mới sẽ khởi sinh với sự bất hạnh và tiêu cực tương tự. Và ngược lại, nếu *saṅkhāra* này tràn đầy đức hạnh và sự mãn nguyện, thì sự tái sinh này sẽ có nhiều khả năng là tốt đẹp và hạnh phúc.[1]

Việc phát triển sự tỉnh giác quân bình trong từng khoảnh khắc về tính chất vô thường của những cảm giác nơi thân trong cuộc sống hằng ngày, ngay cả trong những tình huống khó khăn nhất, cũng tạo ra những *saṅkhāra* rất sâu đậm – những *saṅkhāra* tích cực. Nếu *saṅkhāra* của sự tỉnh giác với nhận hiểu về *anicca* (vô thường, bản chất liên tục thay đổi của tất cả sự vật) được củng cố và phát triển, thì *saṅkhāra* này sẽ khởi lên vào lúc chết để tạo một lực đẩy tích cực vào đời sống tiếp theo. Những sức mạnh tinh thần ngay vào khoảnh khắc chết này sẽ mang chúng ta đi, như Goenkaji nói là "thu hút một cách mạnh mẽ", vào một kiếp sống kế tiếp mà ta có thể tiếp tục thực hành thiền Vipassana.

Bước đi trên con đường Bát thánh đạo là một nghệ thuật sống. Sống một đời trong Chánh pháp - một đời sống đức hạnh, tỉnh giác và bình tâm - không chỉ làm tăng phẩm chất cuộc sống hằng ngày của chúng ta, mà còn giúp ta chuẩn bị cho thời điểm chết và cho đời sau. Một sự an nhiên tỉnh giác về lẽ vô thường vào lúc lâm chung là thước đo tiến bộ trong sự am tường nghệ thuật sống và tiến bộ trên con đường an tịnh, con đường hướng đến Niết-bàn.

---

[1] Dù ta có tin vào sự tái sinh hay không, thực hành thiền Vipassana cũng giúp cho cuộc sống của chúng ta dễ dàng hơn trong bất kỳ tình huống nào của cuộc sống. Chúng ta học cách giữ tâm thăng bằng và điều này trở thành một khuôn mẫu thói quen mạnh mẽ, giúp ta vượt qua tất cả những thử thách cuộc đời, ngay cả cái chết.

Āo logoṅ jagata ke,
caleṅ Dharama ke pantha.
Isa patha calate satpuruṣha,
isa patha calate santa.
Dharma pantha hī śhānti patha.
Dharma pantha sukha pantha.
Jisane pāyā Dharma patha,
maṅgala milā ananta.
Āo mānava-mānavī,
caleṅ Dharama ke pantha.
Kadama-kadama calate hue,
kareṅ dukhoṅ kā anta.

—Hindi dohas from *Come People of the World*,
S.N. Goenka

Hãy đến đây, nhân loại thế gian này!
Hãy cùng bước trên đường Chánh Pháp.
Con đường của những bậc hiền nhân;
Con đường của những bậc thánh giả.
Con đường Chánh Pháp là con đường bình an;
Con đường Chánh Pháp là con đường hạnh phúc.
Bất kỳ ai đến với con đường Chánh pháp,
sẽ đạt được hạnh phúc vô biên.

Hãy đến đây, nam giới và nữ giới!
Hãy cùng bước trên đường Chánh Pháp.
Tu tập qua từng bước, từng bước,
Chúng ta hãy chấm dứt mọi khổ đau.

-Thi kệ (doha) Hindi,
trích từ *Hãy đến đây, nhân loại thế gian này*,
của S. N. Goenka.

Yathāpi vātā ākāse vāyanti vividhā puthū;
Puratthimā pacchimā cāpi, uttarā atha dakkhiṇā.
Sarajā arajā capi, sītā uṇhā ca ekadā;
Adhimattā parittā ca, puthū vāyanti mālutā.
Tathevimasmiṃ kāyasmiṃ samuppajjanti vedanā;
Sukhadukkhasamuppatti, adukkhamasukhā ca yā.
Yato ca bhikkhu ātāpi, sampajaññaṃ na riñcati;
Tato so vedanā sabbā, parijānāti paṇḍito.
So vedanā pariññāya diṭṭhe dhamme anāsavo;
Kāyassa bhedā dhammaṭṭho, saṅkhyaṃ nopeti vedagū.

—*Paṭhama-ākāsa Sutta, Saṃyutta Nikāya 1.260*

Nhiều ngọn gió khác nhau thổi qua bầu trời,
Gió đông, gió tây, gió bắc và gió nam,
Gió mang đầy bụi bặm hay gió trong lành,
gió lạnh cũng như gió nóng,
bão tố khốc liệt hay gió nhẹ mát lành –
Rất nhiều cơn gió thổi qua.
Cũng vậy,
những cảm giác khởi sinh trong thân này,
dễ chịu, khó chịu hay trung tính.
Khi một hành giả thực hành tinh tấn,
không xao lãng khả năng chứng ngộ hoàn toàn,
bậc trí giả như thế sẽ nhận biết hoàn toàn mọi cảm giác.
Và khi biết rõ hoàn toàn mọi cảm giác,
ngay trong đời sống này sẽ thoát khỏi mọi bất tịnh.
Và khi đời sống chấm dứt, một người như thế,
đã vững vàng trong Chánh pháp
và hiểu rõ hoàn toàn mọi cảm giác,
sẽ đạt đến cảnh giới bất khả tư nghì.

Kinh Paṭhama-ākāsa, Tương Ưng Bộ Kinh, 1.260

GRAHAM GAMBIE

(1937-1986)

Hiện hữu như thật - đã và đang

Vào ngày 27 tháng 6, 1986, Thiền sư phụ tá Vipassana, ông Graham Gambie qua đời sau khi mang bệnh một thời gian ngắn.

Graham là một trong số những đệ tử Tây phương sớm nhất của S. N. Goenka. Sau khi tham dự khóa tu Vipassana đầu tiên ở Bodhgaya vào năm 1971, ông tiếp tục ở lại Ấn Độ. Từ sau khi Trung tâm Dhamma Giri được mua lại vào tháng 11 năm 1974, ông đã sống, phục vụ, và thiền tập tại đó trong 5 năm tiếp theo. Ông là một trong những thiền sư phụ tá đầu tiên do thầy Goenka chỉ định. Sau khi trở lại Australia năm 1979, ông làm việc không mệt mỏi để giúp phát triển Trung tâm Dhamma Bhūmi. Đây là trung tâm Vipassana đầu tiên ở khu vực Australia và New Zealand.

Graham được nhiều thiền sinh khắp thế giới biết đến. Nhiều người trong số này nhận được cảm hứng từ tuệ giác và nhiệt huyết của ông. Dưới đây là một đoạn hồi ký ngắn của Graham về sự trưởng thành của ông trong Dhamma.

Chợt nhớ lại, đã gần 12 năm trôi qua kể từ lần đầu tiên tôi run rẩy đến Ấn Độ với lo âu hồi hộp. Mười hai năm. Thật khó để hiểu được tất cả mọi chuyện đã xảy ra như thế nào, hay thậm chí là những gì đã thực sự xảy ra - nhưng có một điều chắc chắn, và đó là mọi chuyện quả thật đã xảy ra. Mười hai năm rồi.

"Con người" đi đến [Ấn Độ] lúc đó là ai? "Con người" mà đã từng điên khùng bởi lối sống kinh khủng của phương Tây và bởi sự hiện hữu không tình thương của chính mình, với quá nhiều những nỗi thất vọng, quá nhiều những cuộc tình đổ vỡ, với sự cao ngạo tự tôn chót vót và tích tụ đồ sộ những hồi ức cùng sợ hãi? Điều gì đã xảy đến với "con người" ấy? Câu hỏi này thường hiện lên. Dường như "con người" đó không thể là đã biến mất. Đó hẳn là một mong muốn vượt ngoài thực tế. Khả năng hợp lý hơn là "con người" đó chưa từng hiện hữu ngoài một mớ những khổ đau và bao điều hy vọng hão. Những gì thực sự đã biến mất là khổ đau của hôm qua, và những gì còn lại là đau khổ của hôm nay: sự suy sụp khi vào tuổi trung niên, sự mất khả năng thích nghi với thực tại, gánh nặng tồi tệ từ những tham vọng không đạt được, những nỗi đam mê, sự ba hoa lắm lời.

Nhưng bản chất không tên của những khổ đau này liệu có dễ chấp nhận hơn chút nào qua năm tháng – để thấy rằng con người hiện tại cũng hư ảo như cái "con người" vô nghĩa trong ta trước đó? Ồ, không. Ai là người sẵn sàng giết chết bản ngã của chính mình? Ai có thể mỉm cười buông bỏ bóng ma ấy không chút chống cự? Có lẽ đó là lý do vì sao có quá ít tình thương trong cuộc đời này. Tất cả những gì ta biết đến chỉ là hai bóng ma, "người khác" và "ta", chứ không phải sự tan rã hoàn toàn của cả hai thứ đó, vốn chính là tình thương.

Không thể nói chắc rằng trong 12 năm qua tình thương và niềm vui đã chế ngự được hoàn toàn tâm thức quá nhiều nhiễm ô - như nó vốn vậy - với đầy những tiêu cực này. Nhưng chắc chắn là rất nhiều căng thẳng đã tự giải tỏa, nhiều thiêu đốt của hận thù đã lắng xuống, và nhiều nỗi lo sợ ẩn khuất trong tâm đã biến mất.

Đã có năng lực tạo ra bất ổn thì tất nhiên cũng có quyền áp dụng phương thức giải quyết bất ổn đó. Và phương thức duy nhất để giải quyết mọi xáo động là sự tĩnh lặng. Nhìn lại quá khứ, dường như cuộc hành trình thật sự không phải đi từ nước này đến nước khác, mà là từ xáo động đến tĩnh lặng; từ chỗ làm hết thảy mọi việc mà chẳng đạt được gì đến chỗ chẳng làm gì cả và để yên cho mọi việc diễn ra. Việc càng đơn giản thì càng khó hiểu. Chỉ có tâm tĩnh lặng mới có thể nhìn mọi sự việc đúng thật như chúng đang hiện hữu, và đây là bước đầu tiên, cũng là bước cuối cùng. Chỉ có một và duy nhất một việc để làm: để yên mọi việc như bản chất tự nhiên của chúng.

Trải qua quá nhiều năm chỉ để ngồi càng yên tĩnh càng tốt, thể nghiệm sự tích lũy kinh khiếp của những cảm giác, những mộng tưởng, những bám víu, những sợ hãi mà bằng cách nào đó đã làm khởi sinh ý niệm về "cái tôi". Những ai chưa từng thiền tập có thể tưởng tượng việc ngồi thiền là để tạo ra đủ mọi loại cảm giác tuyệt vời, những linh ảnh, sự tỏa sáng và mọi thứ ghi chép đầy trong sách vở. Nhưng bình an thực sự chính là giảm trừ sự nhạt nhẽo đáng sợ của cuộc sống hằng ngày, giảm trừ sự ưa thích và ghét bỏ vụn vặt, giảm trừ những đối thoại triền miên không dứt trong tâm tưởng, giảm trừ những ao ước, những mất mát, những buông thả phóng túng.

Và sau tất cả những điều đó... còn có gì vượt xa hơn? Có đấy: một cuộc sống đơn giản trở nên đơn giản hơn - một người bình thường tìm được bình an và hạnh phúc thực sự ở nơi anh ta chưa bao giờ chú ý đến trước đây: trong những điều bình thường của cuộc sống. Thật ra, cuộc sống không có điều gì "bình thường" cả. Thức tỉnh từ những giấc mơ, bạn nhận ra điều bình thường là vô cùng kỳ diệu và điều kỳ diệu rất bình thường. Chỉ khi đó bạn mới nhận ra, như một nhà thơ đã nói, rằng bạn đang sống trong cuộc tìm kiếm sự sống.

Không có ảo thuật hay phép mầu nào vượt hơn sự tỉnh giác đơn thuần. Có gì mầu nhiệm hơn một tâm thức trong suốt như pha lê, bất động, tịch tĩnh? Có gì kỳ diệu hơn là vượt trên sự tìm cầu dục lạc hay trốn chạy sợ hãi? Nhiều người cho rằng các màn ảo thuật chỉ có thể thực hiện trên sân khấu hay bởi những bậc thầy ảo thuật râu tóc rậm rạp, mà không hiểu rằng chính tự thân họ là sự kỳ diệu, là ảo thuật gia, là sân khấu, là khán giả, và vì thế cũng là cả thế giới này.

Có người nào đang sống mà thoát được những khổ đau và lạc thú của cái thế giới vừa xấu ác vừa đầy hoan lạc này? Sao còn tìm kiếm sự an ổn trong một thế giới mà mọi thứ đều trôi qua, mọi thành quả sau cùng đều chỉ là một nắm tro bụi? Sao còn phí công tìm cầu? Điều gì không thể thay đổi, ta buộc phải chấp nhận. Sự chọn lựa ở đây là: sẵn sàng hay miễn cưỡng chấp nhận. Cuộc đời bạn sẽ thay đổi biết bao nhiêu nếu bạn có thể mỉm cười với hết thảy mọi việc!

Vì thế, thiền cũng giống như tình thương, không phải là điều gì đó có thể bóp nặn cho phù hợp với sự độc đoán xấu xa của cái "tôi". Thiền mang lại nhiều kết quả thực tiễn, nhưng cũng như tình thương, kết quả cuối cùng của thiền là sự tan biến của cái "tôi" và ngục tù giam hãm nó, tức là thế giới này. Cứu cánh của thiền là thiền, cũng như phần thưởng của tình thương chính là tình thương. Những thành quả, thành công, uy tín cho đến sự cứu vớt thế giới, tất cả đều nằm trong sự thống trị của cái "tôi", vốn mong muốn quá nhiều mà khả năng làm được lại quá ít.

Một cái nhìn cạn cợt về cuộc đời chỉ có thể thấy được những khổ đau tạo sự bi quan, hay những niềm vui tạo cảm giác lạc quan. Nhưng hồi tưởng lại thì những khổ đau của tâm ta dường như quý giá nhất, vì chính nhờ có nỗi đau đớn không chịu đựng nổi thì ta mới bắt đầu tìm kiếm phương cách chữa trị. Những niềm vui cũng hữu ích: do bản chất thoáng qua và không thể thỏa mãn của chúng, ta mới khởi lên sự khao khát một liều thuốc trị liệu, cho dù là thuốc đắng. Vượt trên hy vọng và sợ hãi là Chân lý. Và dần dần, hết sức chậm chạp, ta nhận hiểu được rằng căn bệnh chỉ nằm trong tâm thức.

Phải quy trách về ai tất cả những gì đã xảy ra? Đối với những điều không thể tránh khỏi thì ta có thể ngợi khen hay oán trách ai đây?

Quy luật của Chân lý là một đứa trẻ mồ côi không nhà, có thói quen quấy nhiễu xuất hiện ở bất cứ nơi đâu, bất kỳ lúc nào, hoàn toàn không mời mà đến, trang phục trong sự mạnh mẽ của nhu hòa, đinh tai nhức óc trong sự tĩnh lặng, bách chiến bách thắng mà không sở hữu gì cả. Đứa trẻ đó là bạn và tôi.

Và bây giờ phải làm gì? Từ nơi đây đi về đâu? Đâu là phía trước, đâu là phía sau? Phải làm gì với tất cả những khả năng có thể này, và với ngày mai? Khi chúng ta rõ ràng không thể chịu đựng thêm nữa, có tiếp tục nhận chịu nữa chăng? Khi nào đến lúc phải dừng lại? Bao giờ ta sẽ dừng lại để lắng nghe thi sĩ hát lên bài ca cuối cùng:

Trong ánh sáng bừng lên,
Hãy thức dậy cùng những người tỉnh thức.
Hay tiếp tục mơ tưởng đến bờ kia
của đại dương vốn không bờ bến?

(Thơ Pablo Neruda, "Bài ca cuối cùng trên sóng nước" - The Watersong Ends)

Ahaṅkāra hī janma kā,
jarā mṛityū kā mūla.
Ahaṅkāra mite binā,
miṭe na bhāva-bhaya śhūla.

- Hindi doha, S. N. Goenka

Chấp ngã chính là gốc rễ của sinh, già và chết,
Nếu không loại bỏ được bản ngã,
Thì những thống khổ và sợ hãi của hiện hữu
sẽ không chấm dứt.

—Thi kệ (doha) Hindi, S.N. Goenka

Sự ra đi của Graham

Câu chuyện này do người vợ góa của Graham Gambie, bà Anne Doneman kể lại, cho thấy sự bình tâm được trải nghiệm bởi một thiền giả đã gặt hái nhiều lợi lạc từ Dhamma. Đây là trích đoạn từ câu chuyện dài hơn ban đầu được đăng tải trong Realizing Change - Vipassana Meditation in Action, do Viện nghiên cứu Vipassana xuất bản tháng 7 năm 2003, trang 168.

Chúng tôi trở về nhà ở Australia vào tháng Hai và hướng dẫn một khóa thiền 10 ngày vào tháng Năm. Graham dường như trong trạng thái sắp ngã quỵ lúc bắt đầu khóa tu. Trong thiền đường, anh gần như không còn tỉnh táo lúc trên bục, và khi đưa ra lời hướng dẫn, anh không thể đặt câu chính xác. Buổi tối, hơi thở anh gần như không thể nghe được. Chúng tôi càng lúc càng lo lắng hơn và đã gọi điện thoại cho một bác sĩ thần kinh ở Sydney để sắp xếp cuộc hẹn vào ngày cuối khóa tu, dự tính sẽ bay đi New Zealand vào ngày kế tiếp.

Thật may mắn, vào ngày thứ 10 Graham hoàn toàn tỉnh táo và hồi phục rõ rệt. Sau khóa tu, chúng tôi đến Sydney gặp vị bác sĩ khoa thần kinh. Thoạt đầu, ông cho rằng sự suy sụp rất có thể chỉ là chứng mất trí nhớ ngắn hạn đôi khi xảy ra cho những người làm việc văn phòng. Tuy nhiên, ông vẫn yêu cầu chụp CT não. Trong khi chờ đợi kết quả, Graham và tôi đã thưởng thức một bữa trưa đặc biệt. Chúng tôi quay trở lại gặp bác sĩ. Ông không nói một lời nào, chỉ rút những tấm phim từ hồ sơ ra, đặt lên máy chiếu. Ông chỉ ra một khối u dường như chiếm hết 50% bán cầu não trái. Trên đỉnh khối u là một u nang rất lớn.

Tôi chết điếng cả người, không còn nhận biết được gì nữa cả. Đúng rồi, hẳn là chúng tôi phải hủy bỏ vé máy bay đi New Zealand. Đúng rồi, có lẽ chúng tôi phải đưa Graham thẳng vào bệnh viện chiều hôm đó. Rồi nỗi đau tê điếng vỡ òa thành nước mắt khi tôi gọi điện thoại để thu xếp chỗ ở với những người bạn thân ở Sydney. Tôi không nói rõ được với họ chuyện gì đã xảy ra, nên Graham cầm lấy điện thoại và tự thu xếp mọi việc. Anh bình tĩnh và tự chủ.

Trong khi đưa Graham vào bệnh viện, để chắc chắn là anh được thoải mái, tôi gắng giữ vẻ ngoài vui tươi. Nhưng ngay lúc vừa rời anh là tôi lại rơi nước mắt. Buổi tối đó, trong khi ngồi thiền, một cảm giác bình an sâu sắc khởi sinh. Cảm giác này sẽ ở lại với tôi suốt thời gian Graham chịu khổ nạn. Đó không phải là sự bình an đến từ tư duy hay lý trí, mà chỉ là một điều gì đó "đột phát tự nhiên".

Hai ngày sau, Graham trải qua phẫu thuật. Bác sĩ phẫu thuật không thể loại bỏ toàn bộ khối u và do đó tiên lượng không tốt. Bác sĩ phẫu thuật thần kinh cho chúng tôi biết, vì tính chất của khối u thuộc loại tế bào hình sao (astrocytoma), anh chỉ có thể sống tối đa là 5 năm - và cuối cùng anh sẽ phải sống đời thực vật.

Thật là tin thảm khốc, nhưng anh vẫn điềm tĩnh đón nhận. Có một lần, tôi nghe anh nói với khách đến thăm: "Làm sao tôi có thể bám víu vào tấm thân và khối óc này khi chúng không ngừng thay đổi? Không có gì để nắm giữ cả." Những người bạn ký giả, đồng nghiệp, cảnh sát liên lạc và những người anh quen biết qua thiền tập đã đến thăm anh. Một bạn đồng nghiệp nêu nhận xét: "Tôi tưởng rằng đến đây để thăm một người bệnh nằm liệt giường và an ủi anh. Thay vì vậy, cuối cùng tôi lại kể lể với anh đủ thứ rối rắm của mình và quên mất vấn đề của anh."

Nhiều ngày trôi qua, và tôi cảm thấy thật biết ơn vì mỗi ngày được ở bên cạnh anh. Anh được bệnh viện cho về, nhưng phải trở lại trong vòng 10 ngày. Anh gặp khó khăn với đôi chân đã trở nên quá yếu ớt gần như không thể bước đi.

Vào sáng ngày 27 tháng 6, sáu tuần sau khi khối u được chẩn đoán, tôi đến bệnh viện. Trong đầu tôi chỉ có một ước muốn là được kề cận bên anh ngày hôm đó - nhất định không chạy lăng xăng đi lo những việc khác. Chúng tôi đã có được những giây phút trìu mến bên nhau, và buổi tối đó trong lúc chia tay, tôi cảm thấy muốn được gần anh hơn nữa. Tôi lên ngồi một bên giường và bắt đầu thoa son. Anh hỏi: "Sao vậy?" Tôi trả lời là tôi muốn anh thấy tôi đẹp trong mắt anh. Thế là anh tiếp tục nói những lời ngọt ngào rằng tôi đã là một người vợ tuyệt vời như thế nào và anh cảm thấy thế nào. Tôi thấy mình hạnh phúc và anh cũng hạnh phúc. Chúng tôi nói lời từ biệt.

Sau buổi ăn tối hôm đó, tôi đang tận hưởng ngụm cuối cùng của ly sô-cô-la nóng. Tôi hít vào một hơi, cảm nhận sâu sắc sự bình an và tĩnh lặng hoàn toàn trong giây phút đó. Chuông điện thoại reo, một cô y tá phụ gọi hỏi tôi có thể đến ngay được không? Graham đang bị một cơn nhồi máu cơ tim (sau đó được biết là do một cục máu đông làm nghẽn mạch). Nhưng rõ ràng là không cần phải vội vã nữa. Anh đã ra đi.

Đó là ngày thứ Sáu, những phút cuối ngày. Khi tôi đến bệnh viện, những ngọn đèn neon sáng rực và nhiều người đang ra ngoài tản bộ, mua sắm, ăn uống. Cảm giác sợ hãi và yếu đuối bỗng sinh khởi. Bức tranh bất chợt của cuộc sống như thế không thể tin vào được. Những gì dường như rất thật, rất thường hằng, chỉ là ảo ảnh. Tất cả chúng ta đang bước trên lớp băng bề mặt rất mỏng, không thấy được sự thật là ta có thể sụp ngã xuyên qua đó bất cứ lúc nào.

Tôi đến bệnh viện và leo cầu thang lên phòng, nơi chúng tôi vừa trò chuyện chỉ vài giờ trước đó. Phòng trống không, nhưng ngay lập tức tôi bị lay chuyển bởi những rung động trong không gian. Hoàn toàn chắc chắn là không có ai ở đây. Mặc dù thân xác Graham còn nằm trên giường, nhưng trông giống như một chiếc áo choàng bị vất đi, không còn dùng được. Đó là tất cả những gì còn lại của một con người tôi vừa được chia sẻ bốn năm vô cùng đặc biệt trong cuộc đời mình.

Anh đã sống một cuộc đời tuyệt vời biết bao! Tôi nhận được những lá thư từ nhiều người đã biết anh trước đây, mỗi người nhắc lại một điều gì đó Graham đã từng giúp họ. Tôi nghe những mô tả về anh, như khi đến Ấn Độ anh sẵn sàng trao đồng rupee cuối cùng của mình cho ai đó cần đến, anh cho những trẻ em đường phố ăn với số tiền anh nhận được từ một khoản đầu tư ít ỏi của mình. Khi tôi hiểu ra anh đã yêu thương và giúp đỡ mọi người nhiều như thế nào trong suốt thời gian chúng tôi có nhau, thật hiển nhiên là những hành động tốt đẹp tuyệt vời anh đã từng làm giờ cũng đi theo cùng anh.

Không còn nước mắt nữa. Sao có thể khóc chứ? Mối quan hệ yêu thương đã đến hồi kết trọn vẹn. Không có gì chưa nói ra hay chưa giải bày. Quả thật, đó là điều khó nhất tôi đã từng làm, nhưng kết quả thật quá nhiều và quá tuyệt vời. Tôi thật sự may mắn được chia sẻ một phần ngắn ngủi trong đời mình với một người như vậy.

Trong tang lễ anh, những dãy ghế ngồi đều chật kín và người ta xếp hàng dọc theo bờ tường. Họ đã đến từ những tín ngưỡng khác nhau, từ mọi tầng lớp khác nhau trong xã hội, mỗi người có một lý do riêng để viếng tang anh. Thật lạ lùng khi quay về nhà nhìn thấy quần áo anh chỉ như anh vừa mới cởi ra và biết rằng không còn ai là chủ sở hữu nữa.

- Anne Doneman

Phuṭṭhassa lokadhammehi,
cittaṃ yassa na kampati,
asokaṃ virajaṃ khemaṃ;
etaṃ maṅgalamuttamaṃ.

—Maṅgala Sutta, Sutta Nipāta 2. 271

Khi đối diện với những thăng trầm trong cuộc sống,
Vẫn giữ được tâm kiên định,
Vượt thoát những sầu đau, bất tịnh hay sợ hãi.
Đó chính là hạnh phúc cao cả nhất.

- Kinh Hạnh phúc, Kinh Tập, Tiểu Bộ Kinh 2. 271

Handadāni, bhikkhave, āmantayāmi vo,
vayadhammā saṅkhārā,
appamādena sampādetha.

—Mahāparinibbāna Sutta, Dīgha Nikāya 2. 185

Này các tỳ-kheo, ta thúc giục các ông:
Hết thảy các pháp hữu vi đều mang bản chất hư hoại.
Hãy nổ lực tinh cần.

—Kinh Đại Bát Niết-bàn, Trường Bộ Kinh (2. 185)

Điều gì xảy ra lúc chết?

Luận văn này của Goenkaji ban đầu được đăng trên tạp chí Sayagyi U Ba Khin của Viện nghiên cứu Vipassana (Vipassana Research Institute) vào tháng 12 năm 1991, và sau đó đăng lại trên Bản tin Vipassana vào tháng 4 năm 1992.

Để hiểu những gì xảy ra vào lúc chết, trước hết chúng ta phải hiểu được chết là gì? Cái chết giống như một khúc quanh trên dòng sông tương tục của sự hiện hữu. Cái chết rất có vẻ như là sự chấm dứt của một tiến trình hiện hữu – và tất nhiên là đúng vậy trong trường hợp của một vị A-la-hán (vị đã hoàn toàn giác ngộ) hay một vị Phật – nhưng với một con người bình thường thì dòng tương tục của sự hiện hữu vẫn tiếp tục ngay cả sau khi chết.

Cái chết chấm dứt những hoạt động của một kiếp sống và ngay thời điểm tiếp đó bắt đầu một đời sống mới. Một bên là thời điểm cuối cùng của kiếp sống này và bên kia là thời điểm đầu tiên của đời sống kế tiếp. Cũng giống như mặt trời mọc lên [ở một nơi] ngay khi nó lặn xuống [một nơi khác], không hề có khoảng cách tối tăm ở giữa. Điều này cũng giống như thời điểm chết là đóng lại một chương sách của sự hiện hữu và một chương sách tiếp theo của hiện hữu liền mở ra ngay thời điểm tiếp theo.

Mặc dù không có sự so sánh nào có thể diễn tả hoàn toàn chính xác tiến trình chết, nhưng người ta có thể nói rằng dòng tương tục hiện hữu này giống như một chiếc tàu hỏa chạy trên đường ray. Tàu chạy đến "ga chết" và sau khi giảm nhẹ tốc độ một lúc lại chạy đi với cùng vận tốc như trước đó. Tàu không dừng hẳn lại ở ga dù chỉ một tích tắc. Đối với những người chưa

43

chứng quả A-la-hán, "ga chết" không phải ga cuối mà là một giao lộ, từ đó chia ra các đường ray khác nhau. Ngay khi đến ga này, chuyến tàu phải lập tức chuyển vào đường ray này hay đường ray khác và tiếp tục chạy. Chuyến tàu nhanh của sự hiện hữu này chạy với điện năng của nghiệp lực trong quá khứ, tiếp tục đi từ ga này đến ga khác, trên đường này hay đường khác, một hành trình liên tục không dừng nghỉ.

Sự chuyển đổi "đường ray" xảy ra hoàn toàn tự động. Giống như băng tan thành nước và nước gặp lạnh đông lại thành băng, hoàn toàn theo quy luật tự nhiên. Cũng vậy, sự chuyển đổi từ kiếp sống này sang kiếp sống khác được kiểm soát bởi một loạt những quy luật tự nhiên. Theo các luật này, chuyến tàu không chỉ tự chuyển đổi đường ray, nó cũng tự thiết lập đường ray cho hành trình tiếp theo.

Đối với chuyến tàu của sự hiện hữu, giao lộ cái chết nơi thay đổi đường ray là cực kỳ quan trọng. Tại đây, kiếp sống hiện tại bị từ bỏ, trong tiếng *Pāli* gọi là *cuti* (sự biến mất, cái chết). Sự chết của thân thể diễn ra, và ngay lập tức đời sống tiếp theo bắt đầu, một tiến trình được gọi là *paṭisandhi* (sự thụ thai, hay bắt đầu đời sống mới). Thời điểm của *paṭisandhi* là kết quả của thời điểm chết; thời điểm chết tạo ra thời điểm thụ thai. Vì mỗi một thời điểm chết đều tạo thành thời điểm sinh ra tiếp theo sau, cho nên chết không chỉ là chết mà cũng đồng thời là sinh ra. Ở lúc giao thời này, đời sống chuyển thành cái chết và cái chết chuyển thành sinh ra.

Như vậy, mỗi một đời sống là sự chuẩn bị cho cái chết sắp tới. Nếu người khôn ngoan, họ sẽ sử dụng đời sống này sao cho tốt nhất và chuẩn bị cho một cái chết tốt đẹp. Cái chết tốt đẹp nhất là cái chết cuối cùng, không phải một giao lộ nữa mà là một ga cuối: cái chết của một vị A-la-hán. Ở đây sẽ không còn đường ray nào nữa để chuyến tàu có thể chạy tiếp. Nhưng trước khi đạt đến một ga cuối như thế, người ta ít nhất cũng phải nắm chắc được rằng cái chết sắp tới đây sẽ dẫn đến một tái sinh tốt đẹp và rằng "ga cuối cùng" sẽ đạt đến vào một thời điểm thích hợp. Tất cả đều phụ thuộc vào chúng ta, vào những nỗ lực của chính ta. Chúng ta là người tạo ra tương lai của chính mình. Chúng ta tạo ra hạnh phúc hay đau khổ cũng như sự giải thoát của chính mình.

Bằng cách nào mà chúng ta là người tạo ra những đường ray đón nhận chuyến tàu của sự hiện hữu đang lao nhanh đến? Để trả lời câu hỏi này, chúng ta phải hiểu được kamma (hành động, nghiệp) là gì.

Mọi sự tác ý, cho dù là khéo léo hay vụng về, đều là nghiệp. Bất kỳ ý niệm hiền thiện hay bất thiện nào khởi sinh trong tâm đều là nguồn gốc của mọi tư tưởng, lời nói hay hành động. Thức (*viññāṇa*) khởi sinh do sự tiếp xúc ở một cửa ngỏ giác quan, rồi sự nhận biết và phân biệt (*saññā* - tưởng) đánh giá kinh nghiệm đó, cảm giác (*vedanā* – thọ) sinh khởi và một sự tạo tác nghiệp (*saṅkhāra* - hành) diễn ra.

Những tác ý tạo nghiệp này rất đa dạng. Một số giống như đường vẽ lên mặt nước, lập tức biến mất ngay sau đó. Một số khác giống như đường vẽ trên mặt cát, mờ nhạt đi sau một quãng thời gian. Một số khác nữa giống như vết khắc trên đá, tồn tại trong thời gian rất lâu. Nếu tác ý là hiền thiện, hành động sẽ hiền thiện và kết quả là lợi lạc. Nhưng nếu tác ý là bất thiện, hành động sẽ bất thiện và sẽ mang lại những hậu quả khổ đau.

Không phải tất cả nghiệp quả đều dẫn đến một đời sống mới. Một số quá cạn cợt đến nỗi chúng không tạo một kết quả đáng kể nào. Một số khác hơi sâu sắc hơn, nhưng sẽ bị xóa nhòa đi trong đời sống này và không mang theo vào đời sống tiếp theo. Một số khác nữa, khắc sâu hơn nữa, tiếp tục với dòng chảy của đời sống này rồi đi vào đời sống tiếp theo, và cũng có thể được nhân lên gấp nhiều lần trong đời này và đời sau.

Tuy nhiên, có rất nhiều nghiệp hữu (*bhāva-kamma*) hay hành hữu (*bhāva-saṅkhāra*), là những nghiệp dẫn đến tái sinh, dẫn đến một đời sống mới. Mỗi nghiệp làm khởi sinh một tiến trình hiện hữu và mang theo một trường lực hòa hợp với những xung động của một cảnh giới hiện hữu nhất định. Những xung động của nghiệp hữu đó và những xung động của cảnh giới (*bhāva-loka*) thu hút lẫn nhau và cả hai sẽ cùng hợp nhất theo các quy luật phổ quát về nghiệp lực.

Ngay khi một trong những nghiệp hữu này được tạo ra, "chuyến tàu của sự hiện hữu" được lôi cuốn về phía một trong 31 "đường ray" tại "ga chết". Trong thực tế, những đường ray này chính là 31 cảnh giới hiện hữu: 11 *kāma loka* - cảnh giới thuộc cõi Dục (Dục giới, gồm 4 cảnh giới thấp và cảnh giới con người cùng với 6 cảnh trời cõi Dục), 16 *rūpa-brahma loka* - cảnh trời thuộc cõi Sắc (Sắc giới, nơi thân thể thanh tịnh vẫn tồn tại) và 4 *arūpa-brahma loka* - cảnh trời thuộc cõi Vô sắc (Vô sắc giới, nơi chỉ có tâm thức tồn tại).

Vào thời điểm cuối cùng của kiếp sống này, một hành nghiệp (*bhāva-saṅkhāra*) cụ thể sẽ khởi lên. Hành nghiệp này có năng lực dẫn sinh một đời sống mới, sẽ nối kết với những xung động của cảnh giới có tương quan. Ngay vào thời điểm chết, tất cả 31 cảnh giới hiện hữu đều mở ra. Hành nghiệp [cuối cùng] khởi lên sẽ quyết định "đường ray" nào "chuyến tàu" chạy tiếp. Cũng giống như việc chuyển dịch con tàu vào một đường ray, năng lực của nghiệp tạo một sức đẩy khiến dòng tâm thức đi vào đời sống kế tiếp. Chẳng hạn như, một hành nghiệp của sân hận hay ác ý, với các đặc tính là nóng nảy, bực dọc, sẽ nối kết với một cảnh giới thấp nào đó. Tương tự, một hành nghiệp như *mettā* (tâm từ, lòng bi mẫn), có những xung động an hòa, dịu mát, chỉ có thể nối kết với một cõi trời. Đây là quy luật tự nhiên, và những quy luật này vận hành quá hoàn hảo đến mức không bao giờ có bất kỳ sai sót nào. Tất nhiên, phải hiểu rằng không có hành khách nào trên "chuyến tàu", ngoại trừ năng lực của hành nghiệp đã tích lũy.

Nói chung, vào thời điểm chết, một hành nghiệp mãnh liệt nào đó sẽ khởi lên. Đó có thể là thiện hoặc bất thiện. Chẳng hạn như, nếu một người trong đời này đã giết cha hay giết mẹ, hoặc giết một vị thánh, thì ký ức về sự kiện đó sẽ khởi lên vào thời điểm chết. Cũng theo cách đó, nếu một người đã tu tập phát triển thiền định sâu xa thì trạng thái tâm tương tự như [trạng thái thiền định] sẽ khởi lên.

Nếu không có hành nghiệp nào mãnh liệt như thế, thì một nghiệp có cường độ nhẹ hơn sẽ khởi lên. Bất kỳ một ký ức nào được khơi dậy đều sẽ hiện hành như một nghiệp. Người ta có thể nhớ lại một nghiệp lành như cúng dường thức ăn lên một vị thánh, hoặc một nghiệp xấu ác như đã làm tổn hại ai đó. Những hồi ức về các nghiệp trong quá khứ như thế có thể khởi lên. Nếu không, những đối tượng liên quan đến các nghiệp ấy có thể khởi lên, như đĩa thức ăn đã mang cúng dường hoặc loại hung khí đã dùng để hại người. Những điều này được gọi là nghiệp tướng (*kamma-nimitta* - những dấu hiệu, hình ảnh).

Hoặc cũng có thể một dấu hiệu hay biểu tượng của đời sống tiếp theo sẽ hiện ra. Đây gọi là nghiệp triệu (*gati-nimitta*). Những nghiệp triệu này tương ứng với cảnh giới mà dòng chảy [tâm thức] được lôi cuốn đến. Đó có thể là mùi hương của một cõi trời, hoặc có thể là cảnh giới súc sinh. Người sắp chết thường trải nghiệm một trong những dấu hiệu này như điểm báo trước, giống như ngọn đèn pha của con tàu chiếu sáng lên đường ray phía trước. Những xung động của các nghiệp triệu này tương đồng với những xung động của cảnh giới tái sinh.

Một thiền sinh Vipassana tu tập tốt có khả năng tránh được những con đường dẫn đến các cảnh giới thấp. Người ấy hiểu rõ các quy luật tự nhiên và tu tập để sẵn sàng cho cái chết đến bất cứ lúc nào. Nếu là người đã lớn tuổi thì càng có lý do để duy trì sự tỉnh thức trong mọi giây phút.

Chúng ta nên chuẩn bị những gì? Chúng ta thực hành Vipassana bằng cách duy trì sự bình tâm đối với bất kỳ cảm xúc nào khởi sinh trong cơ thể, do đó dứt trừ được thói quen phản ứng với các cảm giác. Như vậy, tâm thức vốn thường tạo tác những hành nghiệp xấu ác mới, giờ đây phát triển được thói quen bình tâm.

Vào thời điểm cận tử, có rất nhiều khả năng người ta phải chịu đựng những cảm thọ cực kỳ khó chịu. Già, bệnh và chết đều là đau khổ (*dukkha*), do đó thường tạo ra những cảm thọ khó chịu rõ rệt. Nếu ta không thuần thục trong việc quan sát những cảm giác này với sự bình tâm, ta rất có thể sẽ phản ứng bằng sự lo sợ, tức giận, buồn rầu hay bực dọc, tạo cơ hội cho những hành nghiệp có xung động tương ứng khởi sinh. Tuy nhiên, trong trường hợp những thiền sinh tu tập đã có công phu cao, họ có thể nỗ lực để tránh không phản ứng với những cảm thọ cực kỳ đau đớn bằng cách duy trì sự bình tâm vào thời điểm chết. Như vậy, ngay cả những hành nghiệp liên quan nằm sâu trong vô thức cũng sẽ không có cơ hội sinh khởi.

Vào thời điểm chết, một thiền sinh sẽ rất may mắn nếu có được những người thân hay bạn hữu thực hành thiền Vipassana bên mình và tạo ra những xung động từ ái lợi lạc, có thể hình thành một bầu không khí Chánh pháp an bình, tránh khỏi những sự than khóc, buồn rầu đau đớn.

Một người bình thường sẽ duy trì trạng thái sợ hãi, thậm chí là kinh khiếp vào thời điểm chết, và như thế sẽ để cho những hành nghiệp sợ sệt hiện hành. Cũng vậy, những đau buồn, khổ sở, phiền muộn, thất vọng... và nhiều cảm giác khác có thể khởi sinh khi nghĩ đến việc phải chia lìa với những người thân yêu, và những hành nghiệp liên quan sẽ khởi sinh, chế ngự tâm thức.

Bằng cách quan sát mọi cảm giác với sự bình tâm, một thiền sinh Vipassana làm suy yếu những hành nghiệp này để chúng không sinh khởi vào lúc chết. Sự chuẩn bị thực sự cho cái chết chính là phát triển một thói quen liên tục quan sát các cảm thọ hiện hành trong thân và tâm, với sự bình tâm và với sự hiểu biết về lẽ vô thường.

Vào thời điểm chết, thói quen mạnh mẽ của sự bình tâm sẽ tự động khởi lên và "chuyến tàu hiện hữu" được chuyển vào "đường ray" dẫn đến một kiếp sống mới có điều kiện để thực hành thiền Vipassana. Bằng cách này, chúng ta tự cứu mình khỏi việc tái sinh vào những cảnh giới thấp và sinh về một trong những cảnh giới cao hơn. Bởi vì Vipassana không thể thực hành ở những cảnh giới thấp nên điều này rất quan trọng.

Đôi khi một người không tu thiền cũng đạt được tái sinh tốt đẹp nhờ sự hiện khởi vào lúc chết của một hành nghiệp hiền thiện, chẳng hạn như sự bố thí hào phóng, đức hạnh hay những phẩm tính hiền thiện mạnh mẽ khác. Nhưng thành tựu đặc biệt của một thiền sinh Vipassana vững chãi là tái sinh về một cảnh giới có thể tiếp tục tu tập thiền Vipassana. Như vậy, bằng cách dần dần giảm bớt những hành nghiệp đã tích lũy, chúng ta rút ngắn được cuộc hành trình hiện hữu và sớm đạt đến mục tiêu giải thoát hơn.

Chúng ta gặp được Chánh pháp trong đời này là nhờ vào những công đức lớn lao đã làm trong quá khứ. Hãy làm cho kiếp người này được thành tựu bằng cách thực hành thiền Vipassana, để khi cái chết đến thì tâm thức ta hoàn toàn bình thản, nắm chắc được một tương lai tốt đẹp.

—S. N. Goenka

Kāmayogena saṃyuttā,
bhāvayogena cūbhayaṃ;
Ditthiyogena saṃyuttā,
avijjāya purakkhatā.
Sattā gacchanti saṃsāraṃ,
jātimaraṇagāmino.

—Aṅguttara Nikāya 4.10

Ràng buộc bởi tham ái, trói chặt với sự chuyển sinh,
giam hãm bởi xích xiềng tà kiến,
bị dẫn dắt bởi vô minh, xoay vòng luân chuyển.
Do vậy, chúng sinh lang thang trong luân hồi,
chết đi chỉ để rồi lại sinh ra lần nữa.

—Tăng Chi Bộ Kinh, 4.10

Paṭicca Samuppāda - Nguyên lý duyên khởi

Đức Phật dạy rằng, hiện tại của chúng ta là kết quả của những ý tưởng, lời nói, việc làm trong quá khứ. Vì thế, trong từng khoảnh khắc, tương lai của chúng ta được hình thành bằng những gì chúng ta suy nghĩ, nói năng và hành động trong hiện tại. Thông điệp này của Đức Phật thật là thâm diệu. Khi thực hành nghiêm túc, ta nhận ra được sự thật không thể né tránh trong thông điệp này, chạm mặt với sự thật này trong những lúc hành thiền cũng như trong cuộc sống thường nhật. Ta sẽ thấy rõ ràng rằng chính ta chịu trách nhiệm về tương lai của mình , và khi làm chủ được tâm, ta có thể định hình được tương lai. Nhận hiểu và chấp nhận định luật này – được gọi là nguyên lý duyên khởi - paṭicca samuppāda – sẽ giúp chúng ta có được bình an trong tâm thức và mở ra cánh cửa giải thoát.

Đức Phật đã trải qua vô lượng kiếp tu tập để phát triển những phẩm tính cần thiết cho việc đạt đến giải thoát viên mãn, để học được con đường thoát khổ. Với lòng từ bi vô hạn, đức Phật trao truyền tuệ giác này đến tất cả chúng sinh đang đau khổ vì sợ hãi, sân hận, tham lam, cô thế, tuyệt vọng, già, bệnh, chết, để họ cũng có thể tự mình thoát khổ.

Đây là con đường lâu dài và khó khăn. Việc bám chặt vào thói quen xưa cũ, thà chấp nhận những mô thức đau đớn và khổ não ta đã quen thuộc, sẽ dễ dàng hơn rất nhiều so với việc phải đối mặt với những đổi thay khó chịu của sự tu tập rèn luyện tâm.

Đời sống của chúng ta thật khó khăn. Có nhiều hôm ta thấy mệt nhoài, căng thẳng. Thay vì đối diện với nguồn gốc khổ đau trong tâm, ta mê mải tìm cách giải khuây, thụ hưởng; và vì thế việc hành thiền trở thành một việc rất là thứ yếu. Việc phá bỏ thói quen cố hữu sâu đậm mê thích những cảm giác dễ chịu và né tránh những cảm giác *khó chịu gần như là không thể được. Nhưng khi ta sẵn sàng nỗ lực, đức Phật sẽ cung cấp cho ta một phương thức hoàn hảo để tạo ra sự thay đổi cốt yếu.*

Sau đây là giảng giải của Goenkaji về nguyên lý duyên khởi (paṭicca samuppāda) được trích từ Pháp thoại ngày thứ 5 trong những khóa thiền 10 ngày, in trong sách Tóm lược các bài giảng (The Discourse Summaries).

Những khổ đau của cuộc đời - bệnh tật, già suy, chết chóc, đau đớn cả thân lẫn tâm - là những hệ quả rõ ràng không thể tránh được sau khi sinh ra đời. Nhưng vì lý do gì ta sinh ra? Dĩ nhiên, nguyên nhân gần của *sinh* (生, *jāti*) là do sự kết hợp thể xác của cha mẹ, nhưng trong một toàn cảnh rộng hơn thì có sinh ra là do tiến trình *hiện hữu* (有, *bhāva*) bất tận với sự liên quan đến toàn thể vũ trụ. Ngay cả vào lúc chết, tiến trình này cũng không dừng lại: thân xác tiếp tục hoại diệt, tan rã, trong khi tâm thức bắt đầu kết nối với một cấu trúc vật chất khác và tiếp tục lưu chuyển – hiện hữu.

Và tại sao có tiến trình hiện hữu này? Đức Phật đã thấy rõ nguyên nhân là do ta nuôi dưỡng sự bám chấp. Do bám chấp, hay *thủ* (取, *upādāna*), ta phát sinh những phản ứng mạnh mẽ, tức *saṅkhāra* (hành nghiệp), tạo thành những ấn tượng sâu đậm trong tâm thức. Vào lúc chấm dứt đời sống, một trong những *saṅkhāra* này sẽ khởi lên trong tâm thức và tạo ra một sức đẩy để dòng tâm thức tiếp tục lưu chuyển.

Vậy những gì là nguyên nhân của *thủ* hay sự bám chấp này? Đức Phật nhận ra rằng, sự bám chấp khởi sinh vì những phản ứng ưa thích, ghét bỏ trong từng khoảnh khắc. Ưa thích phát triển thành thèm khát, hay *tham ái* (愛, *taṇhā*, *tṛṣṇā*), ghét bỏ phát triển thành sân hận, một dạng phản chiếu của tham ái, và cả hai đều chuyển thành sự bám chấp.

Tại sao những phản ứng ưa thích, ghét bỏ lại khởi sinh trong từng khoảnh khắc? Bất cứ ai quán sát tự thân đều sẽ thấy các phản ứng này xảy ra do những cảm giác, hay *thọ* (受, *vedanā*) nơi thân. Bất cứ khi nào một cảm giác dễ chịu khởi sinh, ta liền ưa thích và muốn nó được kéo dài, tăng thêm. Bất cứ khi nào một cảm giác khó chịu khởi sinh, ta liền thấy ghét bỏ và muốn xua đuổi đi.

Điều gì tạo ra những cảm giác này? Rõ ràng những cảm giác phát sinh là do có sự *tiếp xúc* (觸, *phassa, sparśa*) giữa một trong những giác quan với đối tượng của giác quan đó: tiếp xúc giữa mắt với hình sắc, giữa tai với âm thanh, giữa mũi với mùi hương, giữa lưỡi với vị nếm, giữa thân với vật xúc chạm và giữa ý với tư tưởng. Ngay khi có sự tiếp xúc thì chắc chắn sẽ có một cảm giác nảy sinh: hoặc dễ chịu, hoặc khó chịu, hoặc trung tính.

Vì lý do gì lại có sự tiếp xúc? Quá rõ ràng, cả vũ trụ này tràn ngập những đối tượng của giác quan. Chừng nào mà sáu giác quan, hay *lục căn* (六根, *saḷāyatana, ṣaḍāyatana*) – năm giác quan của thân cộng với ý – còn hoạt động thì chắc chắn chúng phải gặp các đối tượng của chúng.

Và tại sao sáu giác quan này hiện hữu? Rõ ràng chúng là những phần không tách rời của dòng tâm thức và vật chất, hay *danh sắc* (名色, *nāma-rūpa*); chúng khởi sinh ngay khi sự sống bắt đầu.

Vậy thì tại sao dòng chảy của sự sống này, dòng chảy của tâm thức và vật chất, hay *danh sắc*, xuất hiện? Đó là do sự trôi chảy liên tục của *thức* (識, *viññāṇa, vijñāna*) từ sát-na này sang sát-na khác, từ kiếp sống này sang kiếp sống khác.

Và tại sao có dòng tâm thức này? Đức Phật nhận thấy dòng thức này sinh khởi là do các *hành* (行, *saṅkhāra, saṃskāra*), những phản ứng của tâm. Mỗi một phản ứng đều tạo ra một lực thúc đẩy dòng chảy của thức. Dòng chảy này tiếp tục bởi nguồn lực được cung cấp từ các phản ứng.

Và tại sao các phản ứng này xảy ra? Đức Phật thấy rằng các phản ứng này khởi sinh vì *vô minh* (無明, *vijjā, avidyā*). Người ta không biết những gì mình đang làm, không biết mình đang phản ứng ra sao, và vì thế tiếp tục tạo ra những *saṅkhāra*. Khi vô minh vẫn còn thì vẫn còn khổ đau.

Nguồn gốc của tiến trình khổ đau, nguyên nhân sâu xa nhất, chính là vô minh. Chuỗi sự kiện qua đó con người tạo ra hàng núi khổ đau cho chính mình khởi đầu từ vô minh. Nếu vô minh có thể được diệt trừ, đau khổ sẽ được diệt trừ.

Làm sao ta có thể diệt trừ vô minh? Làm sao ta có thể cắt đứt chuỗi sự kiện [12 nhân duyên khởi đầu từ vô minh]? Dòng chảy của sự sống, của tâm thức và vật chất, vốn đã khởi đầu. Tự tử [để chấm dứt cuộc sống] không giải quyết được vấn đề, chỉ tạo thêm những đau khổ mới. Người ta cũng không thể hủy hoại các giác quan mà không tự hủy hoại chính mình. Chừng nào các giác quan còn hiện hữu, sự tiếp xúc giữa chúng với các đối tượng tương ứng chắc chắn phải xảy ra, và bất cứ khi nào có sự tiếp xúc thì một cảm giác chắc chắn sẽ nảy sinh trong cơ thể.

Và chính nơi đây, từ mối liên hệ với cảm giác mà chúng ta có thể cắt đứt chuỗi [12 nhân duyên khởi đầu từ vô minh]. Trước đây, mỗi một cảm giác làm khởi sinh một phản ứng ưa thích hay ghét bỏ rồi phát triển thành sự thèm khát mạnh mẽ hay ghê tởm - cực kỳ khổ đau. Nhưng giờ đây, thay vì phản ứng với cảm giác, bạn học cách chỉ quán sát với sự bình tâm, nhận hiểu rằng: "Điều này rồi cũng sẽ thay đổi." Bằng cách này, cảm giác chỉ làm khởi sinh tuệ giác, khởi sinh sự hiểu biết về *anicca* (vô thường). Ta dừng lại được bánh xe khổ đau đang quay và bắt đầu chuyển hướng quay ngược lại, hướng về sự giải thoát.

Bất kỳ khoảnh khắc nào ta không tạo ra một *saṅkhāra* mới thì một trong những *saṅkhāra* cũ sẽ trồi lên trên bề mặt tâm thức, và cùng với nó, một cảm giác sẽ khởi sinh trong thân thể. Nếu ta giữ được sự bình tâm, cảm giác này sẽ mất đi và một phản ứng cũ sẽ trồi lên thế chỗ. Ta tiếp tục bình tâm trước những cảm giác nơi thân và những *saṅkhāra* cũ tiếp tục trồi lên, mất đi, hết lần này đến lần khác. Nếu vì vô minh ta phản ứng với những cảm giác, ta sẽ làm tăng gấp bội các *saṅkhāra*, làm tăng gấp bội khổ đau của ta. Nhưng nếu ta phát triển tuệ giác và không phản ứng với các cảm giác, thì các *saṅkhāra* lần lượt được tiêu trừ, hết lần này đến lần khác, và khổ đau được tiêu trừ.

Toàn bộ lộ trình này là phương thức tiêu trừ khổ đau. Nhờ thiền tập, ta sẽ thấy rằng mình đã ngừng không tạo thêm những gút thắt mới, và những gút thắt cũ được tự động hóa giải. Dần dần bạn sẽ tiến đến một trạng thái mà tất cả các *saṅkhāra* dẫn đến tái sinh - và vì thế cũng là dẫn đến những đau khổ mới - đều đã được diệt trừ: Giai đoạn giải thoát hoàn toàn, giác ngộ viên mãn.

Để khởi sự tu tập, trước tiên ta không nhất thiết phải tin là có tiền kiếp và tái sinh. Trong sự hành thiền Vipassana, hiện tại là quan trọng nhất. Tại đây, trong đời sống này, chúng ta đang tạo tác những *saṅkhāra* mới và tiếp tục làm khổ chính mình. Tại đây và lúc này, ta nhất thiết phải đoạn trừ thói quen này và bắt đầu vượt thoát khổ đau. Nếu bạn tu tập, chắc chắn sẽ có một ngày bạn có thể nói rằng mình đã đoạn trừ được tất cả các *saṅkhāra* cũ, đã ngừng không còn tạo tác bất kỳ một *saṅkhāra* mới nào, và như thế là đã tự giải thoát mình khỏi mọi khổ đau.

- S. N. Goenka

Không có nhân nào không có quả và không có quả nào không có nhân. Luật về nghiệp lực là tối thượng và không thể né tránh. Những gì bạn có trong hiện tại là kết quả của những gì đã làm trong quá khứ. Chừng nào bạn chưa đoạn trừ vĩnh viễn nghiệp lực do mình tạo tác, chưa chứng đắc Niết-bàn tối hậu, thì chắc chắn trong suốt thời gian còn hiện hữu bạn sẽ còn phải chịu đựng những bất ổn dạng này hay dạng khác, phải dùng đến sức mạnh của [tuệ giác về] anicca (vô thường). [Tuệ giác về] vô thường sẽ vượt thắng những bất ổn và bạn sẽ luôn vững chãi bất chấp tất cả những khó khăn này. [Tuệ giác về] vô thường là sức mạnh. Chông gai trên đường là không tránh khỏi. Vận dụng sức mạnh của tuệ giác về vô thường với sự chuyên cần, bạn sẽ được an lành.

- Sayagyi U Ba Khin

Mỗi đời người là một sự chuẩn bị cho cái chết kế tiếp. Người có trí sẽ vận dụng tốt nhất cuộc sống này để chuẩn bị cho một cái chết tốt đẹp.

- S. N. Goenka

Một cái chết mẫu mực

Bài viết dưới đây lần đầu tiên xuất hiện trong Bản Tin Vipassana (Vipassana Newsletter), phiên bản Dhamma Giri tháng 4 năm 1997.

Bác sĩ Tara Jadhav tham dự khóa thiền Vipassana đầu tiên năm 1986. Sự tìm kiếm của bà đến đây kết thúc. Bà đã tìm thấy con đường tinh khiết của Dhamma và cảm thấy không cần phải thăm dò thêm bất kỳ phương pháp hay con đường nào khác. Với quyết tâm hoàn toàn, bà bắt đầu dấn bước trên con đường tu tập này.

Vì Tara không còn bổn phận nào khác, bà dành hầu hết thời gian của bà cho việc tu tập trong Chánh pháp. Với một tích lũy tràn đầy *pāramitā* (ba-la-mật, những phẩm hạnh cao quý) trong quá khứ, bà có thể thực hành Vipassana dễ dàng. Như con cá trong nước không cần học bơi, Tara không cần đến bất kỳ sự huấn luyện đặc biệt nào. Chẳng nghi ngờ gì, bà đã bước đi trên con đường Chánh Pháp trong rất nhiều kiếp trước.

Bà có kỹ thuật cũng như sẵn có phương tiện cho việc tu tập, và bà chú tâm hoàn toàn vào việc tận dụng tốt nhất thời gian của mình. Nhờ những phẩm hạnh *mettā* (tâm từ) và *karuṇā* (tâm bi) cùng với khả năng cống hiến quên mình đã phát triển tốt, bà được chỉ định làm thiền sư phụ tá vào năm 1989 và thiền sư phụ tá cao cấp vào năm 1995. Bất chấp tuổi già, bà vẫn tiếp tục phục vụ Chánh Pháp với sự tận tâm cao quý. Trong khi hướng dẫn thiền sinh Vipassana, bà cũng không ngừng phát triển mạnh hơn *pāramitā dāna* (bố thí ba-la-mật) của mình.

Ở độ tuổi chín muồi 82, bà đến Dhamma Giri tham dự khóa thiền tự luyện dành cho các thiền sư phụ tá. Vào buổi sáng ngày 2 tháng 12 năm 1996, khóa thiền bắt đầu với thiền *ānāpāna* (quán niệm hơi thở) như thường lệ. Bà thực tập chuyên chú suốt ngày. Sau khi thiền tập trong thiền thất từ 6 đến 7 giờ chiều, bà đến Thiền đường nghe Pháp thoại.

Vào khoảng 7 giờ 30 chiều, ngay khi Pháp thoại bắt đầu, bà quỳ gối, đầu cúi xuống chạm sàn trên bàn tay để ngửa với lòng tôn kính. Một lần, hai lần, và sau khi chạm đầu xuống sàn lần thứ ba, bà không ngẩng lên nữa. Bà đã trút hơi thở cuối cùng trong tư thế đảnh lễ của Giáo pháp theo truyền thống.

Những thiền sinh nữ ngồi gần đó ngạc nhiên khi thấy bà lạy như vậy, bởi vì sự tôn kính thường được thể hiện ba lần chỉ vào cuối buổi Pháp thoại mà thôi. Tại sao bà lại thể hiện lòng tôn kính vào lúc bắt đầu buổi Pháp thoại? Trong cả ba lần, khi cúi người xuống bà đều lặp lại khe khẽ: *"Anicca, anicca, anicca"* - những lời cuối cùng của bà. Làm thế nào họ có thể biết được đó là lời chào cuối cùng của bà trong đời này?

Tất cả những thiền sinh nghiêm túc đều được dạy rằng đừng bao giờ tỏ lòng tôn kính một cách máy móc. Chỉ khi tâm an bình, thể nghiệm được sự vô thường của những cảm giác tại đỉnh đầu, thì sự đảnh lễ mới có ý nghĩa. Tara đã luôn luôn cúi đầu đảnh lễ với chủ tâm này. Lần đảnh lễ cuối cùng của bà còn nhiều chủ tâm và ý nghĩa hơn nữa.

Tara hẳn muốn nói với các chị em cùng thực hành Pháp rằng: "Trong đoạn cuối của cuộc đời, tôi chỉ có một mong muốn: Tôi sẽ xả bỏ tấm thân này trong lúc hành thiền trên mảnh đất Chánh Pháp này." Thệ nguyện mãnh liệt của bà đã được thành tựu. Tu tập vững chãi trong Vipassana, bước trên con đường giải thoát, bà đã sống một cuộc đời Chánh Pháp và cuối cùng thành tựu một cái chết mẫu mực.

- S. N. Goenka

Hỏi Đáp với Thầy Goenkaji – Phần I

Hộ niệm những người thân yêu lúc sắp chết

Câu hỏi của thiền sinh

Dường như mettā (tâm từ) có hiệu nghiệm, bởi vì trải nghiệm thông thường là khi ta gặp một con người thánh thiện, ta cảm thấy tốt hơn. Vậy khi ta chia sẻ mettā đến một người đã mất, liệu người đó có cảm thấy tốt hơn không? Cũng vậy, có người tin rằng khi cúng dường nhân danh người đã mất, ông bà hay bạn bè, việc lành đó sẽ lợi lạc cho họ. Niềm tin đó có phù hợp với Chánh pháp (Dhamma) không?

Goenkaji trả lời

Khi quý vị nói tâm từ "có hiệu nghiệm", điều đó có nghĩa là gì? Có nghĩa là, nếu tâm quý vị thanh tịnh và đang thực hành *mettā*, đó là quý vị đang tạo ra những rung động của *mettā*. Những rung động này có thể đi đến bất cứ nơi đâu - đến cảnh giới này hay cảnh giới khác, đến một cõi thấp hơn hay cao hơn, bất cứ nơi đâu. Khi những rung động *mettā* của quý vị tiếp xúc với những người quý vị hướng đến, người ấy sẽ cảm thấy hạnh phúc vì đó là những rung động của Chánh pháp, của bình an, của hòa hợp.

Khi quý vị hiến tặng nhân danh người đã khuất và nói "Nguyện cho công đức hiến tặng của tôi đến với người này..." Rõ ràng, bất kỳ những gì quý vị hiến tặng sẽ không đến với người đó, nhưng ý nguyện giúp đỡ là một từ tâm *(mettā)* và những rung động đó sẽ hướng đến cha ông hay bạn bè của quý vị, và các vị ấy sẽ cảm nhận được niềm hoan hỉ từ đó. Vì những rung động này có nền tảng là Chánh pháp nên sẽ có một điều gì đó xảy ra để giúp các vị ấy hướng về Chánh pháp trong kiếp này hay kiếp sau. Đó là cách chúng ta giúp đỡ những người đang ở trong những cảnh giới thấp hơn, hay thậm chí ở những cảnh giới cao hơn.

Và như vậy, quý vị nên hiến tặng gì? Quý vị hiến tặng điều quý nhất mà quý vị có - sự thiền tập của quý vị. Do đó, vào cuối mỗi giờ thiền tập hay cuối khóa tu thiền, quý vị nên hướng tâm đến tất cả những người thân thiết hay những người đã mất và nguyện: "Tôi xin chia sẻ công đức thiền tập của tôi đến với quý vị." Đó chính là tâm từ *(mettā)* của quý vị. Vì quý vị đã thực hành thiền, những rung động đến với người đó là những rung động mạnh mẽ của Chánh pháp. Quý vị đang chia sẻ công đức thiền tập với người đó. Đương nhiên là điều đó rất hữu ích.

Câu hỏi

Con lo sợ rằng những người đang già đi theo năm tháng sẽ tiếp tục đi trong luân hồi sinh tử bởi những bám chấp của họ - như mẹ con, người suốt đời không ngớt lo âu, và một cụ bà bạn gần đất xa trời luôn cảm thấy bà đã bị xử tệ trong suốt cuộc đời. Liệu có thể làm được điều gì [để giúp họ]? Có lẽ lòng từ có thể giúp chăng?

Trả lời

Đúng vậy. Là tâm từ *(mettā)*. Thêm vào đó, hãy tiếp tục giải thích luật tự nhiên: quý vị càng lo buồn càng có hại cho chính quý vị. Và có một kỹ thuật có thể giúp quý vị thoát khỏi sự lo buồn ấy.

Không ai có thể nói chắc, nhưng có thể những người này đã có hạt giống Chánh pháp từ trong quá khứ. Nếu họ nhận được thêm những lời khích lệ, có thể họ sẽ đến với Chánh pháp và học cách tự giải thoát mình khỏi khổ đau.

Câu hỏi

Nếu cha mẹ của con đã mất, con có thể làm lợi lạc cho họ bằng cách nào chăng?

Trả lời

Vâng, quý vị có thể làm được. Sau mỗi lần ngồi thiền, quý vị hãy nghĩ đến họ và chia sẻ công đức với họ: "Tôi xin chia sẻ bất kỳ công đức nào tôi có được với cha mẹ. Nguyện cho cha mẹ được bình an và hạnh phúc." Những rung động đó sẽ đến với cha mẹ quý vị dù họ đang ở bất kỳ nơi nào. Không phải những rung động ấy tự nó sẽ làm được điều kỳ diệu nào cho họ; đúng hơn, cha mẹ quý vị sẽ được hướng về Chánh pháp, và biết đâu nhờ vậy họ có thể tìm được chánh đạo. Đây là cách duy nhất: hãy chia sẻ công đức của quý vị.

Câu hỏi

Làm thế nào có thể giúp người thân trong gia đình vào lúc cận tử?

Trả lời

Nếu những thành viên trong gia đình là người hành thiền Vipassana thì điều đó luôn mang lại lợi ích cho người sắp mất. Cần sắp xếp để có mặt với người sắp ra đi để hành thiền và chế tác tâm từ. Khi mọi người bình tĩnh và yên lặng thì đó là một sự hỗ trợ tuyệt vời cho người sắp chết, và cũng sẽ giúp cho người ấy giữ được tâm an bình, thanh thản lúc từ trần.

Câu hỏi

Những người sắp mất phải chịu nhiều đau đớn thường được cho dùng những loại thuốc giảm đau rất mạnh như là morphine. Đối với một thiền sinh, cố gắng chịu đựng cơn đau để giữ tâm tỉnh giác vào lúc chết có phải là điều tốt hơn không?

Trả lời

Điều đó còn tùy thuộc việc thiền sinh ấy có thể chịu đau đến mức nào vào lúc đó. Nếu vì quá đau, người ấy phản ứng với sân hận: "Ôi, đau quá không chịu nổi!" thì không chắc gì người ấy sẽ ra đi với sự bình tâm. Do đó, hãy để người ấy dùng thuốc giảm đau.

Tuy nhiên, nếu thiền sinh này giải quyết được nỗi đau với sự bình tâm, muốn quán sát mọi thứ đúng thật, thì đừng áp đặt bất kỳ điều gì. Khi một thiền sinh lúc lâm chung có thể quán sát nỗi đau một cách điềm nhiên mà không cần đến thuốc men, thì đó là sự chọn lựa của người ấy.

Lúc mẹ tôi sắp mất, bà không vui khi chúng tôi trao bà những viên thuốc ngủ, thường làm mắt bà trĩu nặng. Thậm chí sau khi uống thuốc, bà vẫn không ngủ. Bà nói: "Mẹ hoàn toàn vui dù không ngủ. Sao các con lại muốn cho mẹ ngủ?" Bà nghĩ rằng, thuốc giảm đau không cần thiết và gây trở ngại cho việc thiền tập của bà.

Đồng thời, có một bà cụ hàng xóm cũng sắp ra đi vì bệnh ung thư. Cơn đau đối với bà ấy là không thể chịu nổi. Phòng bà ở lầu bốn nhưng ở lầu một cũng có thể nghe tiếng la khóc của bà. Vì vậy, tất cả đều tùy thuộc vào thái độ của người bệnh.

Câu hỏi

Nếu người sắp mất là một thiền sinh, chúng ta có thể giúp như thế nào?

Trả lời

Điều này thật tuyệt vời. Hãy cùng thiền với người ấy. Hãy chia sẻ tâm từ. Cùng lắng nghe lời kinh tụng. Vì người ấy là một thiền sinh nên những điều này có thể thực hiện dễ dàng.

Quý vị có thể nhắc nhở người ấy thực hành *ānāpāna* (quán hơi thở), hay nếu họ có thể ghi nhận cảm giác, hãy chú tâm đến những cảm giác đó. Tương tự như vậy, hãy nhẹ nhàng giúp họ duy trì sự tỉnh giác về *anicca* (vô thường). Là một thiền sinh nên người ấy sẽ tiếp nhận, vì thế hãy hướng dẫn họ ngay cả trong lúc hành thiền. Một thiền sinh có thể giúp làm việc này, trong khi những người khác có thể ngồi thiền. Cùng lắng nghe một đoạn kinh tụng nào đó, âm thanh nhỏ vừa đủ nghe, đừng quá lớn. Ngay cả với một thiền sinh nhiều kinh nghiệm thì âm thanh lớn quá vẫn có thể làm căng thẳng. Bài kinh Từ bi *(Karaṇīya-mettā Sutta)* và bài kinh Hạnh phúc *(Maṅgala Sutta)* hẳn sẽ mang lại nhiều lợi lạc.

Nếu không được vậy, hãy giữ yên lặng. Những thành viên trong gia đình, ngay cả khi họ không phải thiền sinh, cũng sẽ cảm nhận được thế nào là thiền. Họ sẽ biết rằng một thiền sinh Vipassana sắp lìa đời, và họ nên tránh tạo ra một không khí buồn thảm hay sầu đau có thể làm người sắp ra đi nhuốm thêm ưu phiền. Mọi người phải hết sức cẩn thận.

Câu hỏi

Nếu người sắp mất không phải là thiền sinh, ta có thể đơn phương đưa ra lời khuyên Chánh pháp khi người này trong quá khứ đã không quan tâm đến Chánh pháp hay không?

Trả lời

Không nên. Nếu người ấy vẫn không có chút niềm tin nào đối với Chánh Pháp mà quý vị đưa ra lời khuyên, người ấy có thể phát sinh phản ứng tiêu cực – "Những người này đang nói cái quái gì vậy?" - và việc này sẽ rất có hại. Đó là lý do vì sao ngay cả trong các khóa tu, chúng ta không giảng pháp trừ phi có người thỉnh cầu. Chánh pháp chỉ có thể trao cho những ai sẵn sàng tiếp nhận mà thôi. Nếu người ấy chưa sẵn sàng tiếp nhận, có nghĩa là người ấy không thỉnh cầu Chánh pháp và do vậy ta đang áp đặt. Vào lúc hấp hối, nếu quý vị cố áp đặt điều gì, những tiêu cực sẽ phát sinh trong tâm người ấy, như vậy là quý vị đang bắt đầu làm hại họ. Tuy nhiên, nếu quý vị cảm thấy người ấy có ý hướng tích cực hướng đến Chánh pháp, dù họ chưa từng tham gia khóa thiền, và họ có thể trân trọng những gì quý vị nói thì quý vị có thể chia sẻ đôi điều về Chánh Pháp.

Hỏi

Một thiền sinh Vipassana có thể giúp được bạn bè và người thân sắp mất không?

Trả lời

Nếu người sắp mất là một thiền sinh Vipassana, thì những thiền sinh khác có thể ngồi cạnh và hành thiền Vipassana. Điều này giúp làm cho bầu không khí có thêm những rung động tinh khiết mang tình yêu thương, lòng từ đến cho người bạn hay thân nhân này. Như vậy giúp cho người này giữ được tâm thanh tịnh lúc lâm chung. Điều này đã được chứng kiến nhiều lần. Cho dù người sắp ra đi không phải là một thiền sinh Vipassana, việc hành thiền vẫn giúp cho bầu không khí quanh người ấy được tinh khiết hơn, nhưng rõ ràng là sẽ không được hiệu quả như đối với một thiền sinh.

Jātipi dukkhā,
jarāpi dukkhā,
byādhipi dukkho,
maraṇampi dukkhaṃ,
appiyehi sampayogo dukkho,
piyehi vippayogo dukkho,
yampicchaṃ na labhati tampi dukkhaṃ,
saṅkhittena pañcupādānakkhandhā dukkhā.

- Dhammacakkappavattana Sutta,
Saṃyutta Nikāya 5.1081

Sinh là khổ.
Già là khổ.
Bệnh là khổ.
Chết là khổ.
Nhận chịu cảm thọ khó chịu là khổ.
Mất đi cảm thọ dễ chịu là khổ.
Không đạt được điều mong cầu là khổ.
Tóm lại, năm uẩn bám chấp là khổ.

- Kinh Chuyển Pháp Luân,
Tương Ưng Bộ Kinh, 5.1081

Susan Babbitt

Chỉ khoảnh khắc hiện tại

Susan Babbitt là giáo sư tại Đại học Queen ở thành phố Kingston, Ontario, Canada từ năm 1990. Cô tham dự khóa thiền Vipassana đầu tiên vào năm 2004 và từ đó đến nay đã phục vụ một khóa tu 10 ngày, hoàn thành một khóa tu 20 ngày. Cuộc phỏng vấn đầu tiên [dưới đây] diễn ra vào năm 2006 và lần thứ hai vào năm 2007. Susan vẫn tiếp tục giảng dạy ở Đại học Queen, thiền tập hằng ngày và đã dừng được căn bệnh ung thư từ năm 2013.

Bà Virginia: *Cô có thể cho biết làm thế nào cô biết đến Vipassana và khóa tu đầu tiên của cô như thế nào?*

Cô Susan: Tôi được chẩn đoán mắc bệnh ung thư dạng cấp tính vào tháng Tám năm 2003. Cho đến thời điểm đó, cả đời tôi chưa bao giờ bệnh tật hay phải dùng thuốc men gì. Tôi thậm chí là chưa từng bị cảm cúm. Kết quả chẩn đoán ung thư là một đòn tấn công tàn khốc vào nhận thức của tôi về chính bản thân mình: Tôi là ai? Đột nhiên, tôi trở thành một người bệnh nghiêm trọng. Tôi tìm mọi cách để vượt qua kinh nghiệm này. Ban đầu, có người giới thiệu với tôi một phương pháp gọi là "hướng tâm quán tưởng". Đây là một dạng tưởng tượng những suy nghĩ tích cực. Tôi đã cố gắng thực hành trong nhiều tháng như một cách để trốn chạy nỗi sợ hãi về những gì đang diễn ra. Tôi đã sử dụng các băng ghi âm hướng dẫn.

Sau đó, Maureen, một người bạn tôi cũng mắc bệnh ung thư và có tiến triển tốt sau điều trị, nhưng đã qua đời. Tôi đột nhiên hiểu ra rằng, cách duy nhất để tôi có thể chung sống với ung thư là chấp nhận sự thật: sống hay chết hoàn toàn nằm ngoài khả năng kiểm soát của tôi. Nhiều người đã nói với tôi: "Điều này sẽ không xảy ra với cô đâu! Trường hợp của cô thì khác."

Nhưng tôi không thể thấy được khác biệt giữa tôi và Maureen như họ nói. Tôi biết rằng những gì đã xảy ra cho cô ấy cũng có thể xảy đến cho tôi. Phương pháp "suy nghĩ tích cực" làm người ta tin rằng mình có một phần khả năng kiểm soát, và tất nhiên ta quả thật có kiểm soát được một phần nào đó, nhưng kết quả cuối cùng không nằm trong sự kiểm soát của ta.

Tôi thấy rõ rằng tôi phải có khả năng nhìn thẳng vào những gì xảy ra cho tôi như nó vốn là như vậy, để chấp nhận rằng cái chết là điều thực sự có thể xảy ra. Tôi quyết định phải có khả năng chờ đón tình huống xấu nhất và chung sống với nó. Nghĩa là, tôi phải sống với ý thức rõ ràng về những gì rất có thể xảy đến với tôi. Về mặt thực tiễn, dường như đây là điều hợp lý nhất. Lúc đó, tôi chưa biết gì về thiền hay Vipassana. Tôi từng đọc đâu đó, trong những sách về ung thư, nói rằng thiền là một phương pháp tốt mà những bệnh nhân ung thư nên học. Nhưng tôi không biết cách thiền như thế nào và khi tôi thử làm thì thất bại.

Không lâu sau cái chết của Maureen, các bác sĩ đề nghị tôi tiến hành hóa trị, điều mà tôi không mong đợi. Tôi ghét cái ý tưởng hóa trị này. Tôi đã từng phải phẫu thuật chân rồi sau đó xạ trị. Những điều này tôi có thể chịu đựng được, nhưng mọi thứ về hóa trị thật khủng khiếp với tôi, cứ nghĩ đến việc tôi sẽ lâm bệnh, rằng dáng vẻ tôi trông bệnh hoạn, rằng mọi người đều sẽ thấy biết tôi bị bệnh, rằng việc này sẽ kéo dài từ tháng Ba đến tháng Tám, trong suốt mùa xuân và mùa hè năm 2004, 5 tháng dài... Tôi giận dữ và tức tối, tự nhủ: "Làm sao mình có thể qua được 5 tháng này chứ?"

Tôi thực không muốn trải qua những tháng trị liệu này với tâm trạng giận dữ và tức tối như thế, nên tôi đã đến gặp một nhân viên xã hội tại Trung tâm Ung bướu Khu vực Kingston và hỏi: "Cô có giải pháp gì cho tôi không?" Cô ta đưa tôi một quyển sách về Phật giáo và tôi bắt đầu đọc. Sách nói về lòng bi mẫn và tâm từ, nhưng sau khi đọc khoảng bốn chương tôi mang sách đến trả lại. Tôi hỏi: "Về mặt thực tiễn, những điều này làm sao giúp tôi vượt qua 5 tháng hóa trị?" Tôi thất vọng vì không có một hướng dẫn thiết thực nào.

Song tôi vẫn nghĩ về thiền và sực nhớ đến khóa thiền Vipassana mà tôi từng được nghe qua. Tôi nghĩ, đúng rồi, nếu tôi muốn học cách thiền, có lẽ tôi cũng phải học cho đến nơi đến chốn; ta chỉ có thể học thiền bằng cách thực hành thôi.

Tôi tìm được một mẫu đơn và ghi danh vào khóa tu. Tôi không biết gì về khóa tu, ngoại trừ việc đó là khóa dạy thiền. Thế rồi, tôi tự cam kết dành ra 10 ngày, từ ngày 24 tháng Ba đến ngày 4 tháng Tư năm 2004, bắt đầu chỉ vài ngày sau đợt hóa trị đầu tiên.

Khóa tu đã cực kỳ khó khăn đối với tôi, và trong 3 ngày đầu tiên, tôi tự hỏi mình đang làm gì ở đây. Vào ngày thứ 4, khi Vipassana được giảng dạy, tôi bắt đầu có hứng thú hơn. Vào lúc Maureen qua đời, bằng cách nào đó tôi đã hiểu được rằng tôi cần có khả năng nhìn thẳng vào mọi sự vật đúng thật như chúng đang hiện hữu, có khả năng nhìn vào thực tiễn cái chết có thể đến và phải sống đối diện với nó. Tôi đã không còn muốn tô điểm cho mọi thứ có vẻ tốt đẹp hơn bản chất của chúng – cứ mãi hy vọng viển vông về những tin tốt lành, cứ mãi lo sợ về tin xấu. Khi ấy tôi đã quyết định rằng tôi không thể sống theo cách luôn tìm kiếm những phương cách để tách mình ra khỏi những người xấu số.

Với bệnh ung thư, ít nhất là với loại ung thư tôi mắc phải, không thể nào trở lại với cuộc sống như trước. Bạn phải đi chụp CT mỗi vài tháng và mỗi lần như vậy đều thực sự có khả năng nhận được tin xấu. Tôi không muốn đánh mất cuộc đời mình trong nỗi sợ hãi. Tôi hiểu rằng nếu tôi không đối diện và chấp nhận thực tế cái chết có thể đến, thì nỗi sợ sẽ luôn lẩn khuất quanh tôi, sẵn sàng để hạ gục và làm tôi kiệt sức bất kỳ khi nào có những chỉ dấu rằng mọi việc không diễn ra như tôi mong muốn. Tôi quyết định phải có khả năng đối diện với thực tại của mình và chấp nhận nó như vốn là như vậy, để sống chung với nó.

Vì vậy, tôi ngạc nhiên khi biết rằng Vipassana chính xác là sự thực hành quan sát thực tại của bạn như chính nó đang hiện hữu, chứ không phải theo như bạn mong muốn. Đó là sự quan sát toàn bộ kinh nghiệm thân và tâm của bạn từ giờ này sang giờ khác một cách có hệ thống. Nhờ đó bạn sẽ đạt được một hiểu biết thực nghiệm ngày càng gia tăng về bản chất đích thực sự hiện hữu của mình, xét đến cùng là không thường tồn. Không có chuyện biến xấu thành tốt như quá nhiều người dường như cố làm với bệnh tật và cái chết. Thay vào đó, bạn nhìn sự vật theo đúng cách thức chúng đang hiện hữu, chính là cách thức [vận hành] của toàn thể vũ trụ: không ngừng thay đổi. Và khi bạn đạt được sự tỉnh giác như thế, vốn nhất thiết phải được thể nghiệm, nghĩa là một sự tỉnh giác được cảm nhận, thì thật vô nghĩa khi đồng hóa bản thân mình với điều tốt hay điều xấu để rồi trở nên suy sụp bởi hy vọng quá độ hay lo sợ không cùng.

Thật kỳ lạ là bằng cách nào đó, qua trực giác, tôi nhận ra rằng tôi không thể thoát khỏi nỗi sợ hãi bệnh tật và cái chết, trừ phi tôi có thể nhìn sự trải nghiệm căn bệnh ung thư của mình theo cách tồi tệ nhất có thể có và sống được với điều đó. Tôi không có ý là chỉ để chịu đựng căn bệnh, mà là để sống đối mặt với thực tại đó, với sự tỉnh giác hoàn toàn về bản chất tạm bợ trong sự hiện hữu của tôi, thậm chí nhìn thấy được vẻ đẹp của bản chất huyền bí không ngừng thay đổi đó.

Tôi học được từ khóa thiền Vipassana rằng đây là những gì đức Phật đã giảng dạy, không phải một tín ngưỡng, mà là một phương pháp thực tiễn để luyện tâm, nuôi dưỡng sự tự do thoát khỏi những mong đợi bao trùm, vốn dẫn dắt ta đến chỗ nghĩ rằng cuộc sống luôn phải diễn ra theo một cách nào đó – những mong đợi làm ta khổ đau khi không đạt được, mà sự không đạt được đó gần như là chắc chắn.

Dĩ nhiên tôi vẫn còn giận tức về căn bệnh ung thư vì lẽ ra không nên xảy đến với tôi. Thế mà nó đã xảy ra, và tôi biết rằng tôi không thể xua đuổi nó đi. Tôi cũng biết rằng tôi phải thoát ra khỏi tầm kiểm soát của những mong đợi vô căn cứ, rằng cuộc sống của tôi phải như thế nào, và dấn bước với sự tỉnh giác hoàn toàn. Tôi khám phá ra rằng, sự thực hành đơn giản chú tâm vào thực tại hiện hữu của chính cơ thể mình và ý thức rõ về bản chất của nó – một ý tưởng quá đơn giản - chính là phương tiện tôi cần đến để trải qua hóa trị và nhiều thứ khác nữa.

Một điều cụ thể tôi học được từ khóa tu đầu tiên đã thật sự lôi cuốn tôi trong thực hành Vipassana là phương pháp này hoàn toàn thiết thực. Tôi không nhất thiết phải tin vào bất kỳ thực thể hay sức mạnh vô hình nào, không phụ thuộc vào bất kỳ ai hay bất kỳ thứ điều gì bên ngoài chính tôi: không có biểu tượng, không trang phục đặc biệt, không nghi lễ hoặc nghi thức. Vipassana là một công cụ thiết thực để rèn luyện tâm. Tôi ý thức rõ mình đã phí biết bao thời gian trong đời khi buông thả tâm không kiểm soát, lang thang đi nơi khác, sống lại những hồi ức xưa hay quẩn quanh vô ích trong cùng những bất ổn và những nỗi lo sợ cũ. Vipassana dạy cách kiểm soát tâm thức để chúng ta có thể sống trọn vẹn trong thế giới này như nó đang hiện hữu, thay vì mãi mãi trốn chạy vào vọng tưởng hay bực tức.

Như thế, Vipassana đã giúp tôi vượt qua giai đoạn hóa trị khủng khiếp cùng với những hệ quả của nó. Tôi không phải cố gắng nhìn việc hóa trị như một điều tốt đẹp. Kỳ thực, tôi thấy kinh nghiệm hóa trị đó là không thể chấp nhận. Nhưng tôi cũng có thể nhìn nó một cách khách quan trong chừng mực nào đó và nói: "Đây là những gì đang xảy ra trong hiện tại." Tôi đã chấp nhận nó như là thực tại của tôi vào lúc đó, như nó vốn là như vậy, và sẽ khởi đầu lại từ chỗ đó mà không hối tiếc hay thất vọng.

Sau khi xong đợt điều trị, tôi tham dự khóa tu Vipassana thứ hai vào cuối năm 2004. Mặc dù lúc đó không phải đối đầu với ung thư, tôi cũng có nhiều thứ khác phải lo liệu. Khóa thứ hai này hầu như khó khăn hơn khóa đầu tiên, ngoại trừ việc lần này tôi hiểu được tại sao tôi làm những gì đang làm. Khóa này có nhiều đau đớn về thể chất. Tôi không cần tham vấn với thiền sư vì tôi biết tôi cần phải làm gì và tôi cũng biết điều mà thiền sư sẽ nói với tôi. Tôi chỉ nhìn vào cơn đau hết lần này đến lần khác và thực hành sự bình tâm.

Vào cuối khóa, thiền sư gọi tôi ra nói chuyện và bảo: "Cô đã hành trì đến cùng, chấp nhận thực tại với sự tỉnh giác; đó là tất cả những gì cô có thể làm. Nhiệm vụ của cô là hãy luôn tỉnh giác, ngay cả khi phải kinh nghiệm những điều không dễ chịu."

Khóa tu đó thật quan trọng vì tôi nhận ra mình có rất nhiều việc khác phải đương đầu bên cạnh căn bệnh ung thư. Ung thư chỉ là một chuyện trong đời tôi và thậm chí có lẽ không phải là nguyên nhân quan trọng nhất của những điều tiêu cực, vì vậy tôi có động lực để tiếp tục tu tập.

Bà Virginia: *Chuyện gì đã xảy ra sau khóa tu thứ hai của cô?*

Cô Susan: Đến mùa hè năm 2005, cuộc sống của tôi đã trở lại bình thường. Tôi đã sử dụng lại được đôi chân mình và hoàn toàn trở lại với công việc. Tôi đang chuẩn bị nghỉ phép thì vào tháng Chín, chân tôi bị liệt trở lại. Vào ngày 1 tháng Mười, khi kỳ nghỉ phép ba tháng của tôi thực sự bắt đầu, tôi nhận thấy một khối u khác trên chân. Tôi biết đó là ung thư tái phát, thậm chí trước cả khi các bác sĩ biết được. Cả tháng Mười ấy đã cực kỳ khó khăn vì tôi biết là ung thư tái phát nhưng không biết nó có di căn đến đâu không. Hơn nữa, các bác sĩ đã không xác nhận việc ung thư tái phát và tôi thực sự không thể nói với mọi người về việc này. Phải chờ đến ngày 28 tháng Mười họ mới có thể chụp CT để xem liệu ung thư có di căn hay không.

Bốn tuần đó thật là địa ngục! Tôi biết ung thư tái phát nhưng không biết sự lan rộng của nó. Tôi sắp phải trải qua toàn bộ mọi việc một lần nữa. Công việc của tôi sẽ một lần nữa bị gián đoạn và tôi chắc rằng lần này tôi có thể bị mất đôi chân. Bạn làm gì với tất cả những ý nghĩ này? Tất cả những gì bạn có là tâm thức của bạn và nỗi sợ cứ ám ảnh không thôi. Bạn đi đâu để trốn chạy tâm mình? Tôi nghĩ, nếu tôi không học thiền chắc tôi điên lên mất. Tôi có thể dễ dàng ngã vào hố sâu tuyệt vọng và không ai có thể chê trách tôi, bởi điều đó hoàn toàn hợp lý.

Thay vì vậy, tôi thường ngồi xuống giữa những cảm xúc mạnh mẽ đang làm suy sụp mình, tập trung tâm ý và kiên nhẫn quan sát những cảm giác, đôi khi gần trọn đêm, và cuối cùng những nỗi sợ mất đi ảnh hưởng của chúng. Tôi nhận ra rằng tôi có thể sống chung với những nỗi sợ và buồn đau, giống như nhìn thẳng vào bóng tối, và cuối cùng cảm thấy chút bình an, biết rằng sự việc phải như vậy, ít ra là vào lúc này. Tôi thực sự thu xếp để làm được một việc gì có ích vào tháng đó. Tôi giúp mẹ chuẩn bị cho chuyến đi Ireland của bà và tôi đã làm được những việc khác mà tôi cần phải làm, tương đối một cách bình thường.

Tôi tìm cách để suy ngẫm về cái chết có thể đến. Ai đó đưa cho tôi quyển sách của một vị sư Phật giáo người Việt. Những tư tưởng về sống chết của ông có ý nghĩa đối với tôi, chỉ ra rằng chúng ta như những con sóng trong biển cả. Những con sóng dâng trào và biến mất nhưng biển vẫn còn đó. Mỗi người đều có quyền sống cuộc đời như một con sóng, nhưng chúng ta cũng cần sống cuộc đời mình như nước. Cuộc sống không mất đi, nó chỉ thay đổi dạng thức, giống như nước trong đại dương, không ngừng lưu chuyển. Tôi cũng đọc nhà thơ Rumi, người Ba Tư, nói lên nhiều điều tốt đẹp về sự chấp nhận. Tuy nhiên, khi gần đến ngày 28 tháng 10, tôi thấy rằng tất cả những tư tưởng tốt đẹp kia không làm được gì để xoa dịu nỗi lo sợ rằng chụp CT có thể cho tôi biết ung thư đã di căn.

Thế là vào ngày đó, khi sẵn sàng cho buổi hẹn, tôi nhận ra mình quay lại hành thiền Vipassana, bằng cách thể nghiệm đơn thuần sự sinh diệt về mọi mặt giác quan trên toàn bộ cấu trúc thân thể. Trong Vipassana, bạn thể nghiệm, thông qua việc quan sát các cảm thọ, bản chất đích thật của mọi sự tồn tại – chuyển động, tạm thời, nhưng rất thực. Khi bạn kinh nghiệm thực tại của mình như thế, làm sao bạn còn có thể lo sợ? Vì khi bạn nhận thức bản thân mình như một phần cấu thành của hiện tượng tự nhiên lớn hơn không ngừng trải rộng, thì điều không chắc chắn không còn đe dọa hay quá đáng sợ nữa. Giờ đây nó được sẵn sàng đón nhận, không xa lạ, và vì vậy dễ dàng hơn để sống với nó. Tôi đã bình tĩnh khi đến bệnh viện và thậm chí còn nói chuyện với một sinh viên về luận văn của em ấy khi đang chờ chụp CT. Hóa ra hôm đó tôi nhận được tin tốt lành.

Thật quá đỗi ngạc nhiên khi nhận ra rằng trước đây tôi đã không nghĩ nhiều về khác biệt giữa sự hiểu biết bằng lý trí và hiểu biết qua kinh nghiệm. Tôi luôn cố tìm cách chuẩn bị đón nhận những tin chẳng lành bằng cách trang bị cho mình nhiều ý tưởng. Cuối cùng, tôi khám phá ra rằng, tất cả những ý tưởng hữu ích mà tôi đã thu thập chỉ cho tôi một số hiểu biết mang tính tri thức mà thôi, nhưng không giúp xoa dịu được nỗi sợ hãi. Sự hiểu biết bằng tri thức thường không phải là hiểu biết thực sự. Sau cùng, tôi phải trực nhận sự thật về sự sống và cái chết thông qua sự tỉnh giác với các cảm thọ trên thân. Chính sự tỉnh giác thực tiễn được cảm nhận này, chứ không phải những lý thuyết thuần tri thức, đã giúp tôi vượt qua khó khăn ngày hôm đó.

Bà Virginia: *Nhận thức đó có giúp cô thêm tự tin trong tiến trình tu tập của mình hay không?*

Cô Susan: Vâng, đúng vậy. Tôi nhận ra sai lầm của mình là cứ luôn tìm kiếm một sự hiểu biết mang tính lý thuyết về cái chết, và không một sự hiểu biết nào đơn thuần bằng lý trí về cái chết có thể giúp tôi đối diện với nó. Tất cả chúng ta biết rằng, về mặt lý thuyết, ta có thể chết bất kỳ lúc nào, nhưng ta không tin rằng sự thật này thực sự đúng với mình. Điều này rất trừu tượng. Chúng ta tin vậy, nhưng không cảm nhận được sự thật mà chúng ta tin. Vì vậy niềm tin này không đóng vai trò thực sự nào trong cách sống của chúng ta. Đó là một sự thật chẳng có gì quan trọng đối với cuộc đời ta. Thiền là sự thể nghiệm bản chất bất định của hiện hữu từ khoảnh khắc này sang khoảnh khắc khác, từ giờ này sang giờ khác. Và thông qua sự thể nghiệm như thế, cái chết không còn là trừu tượng, vì thực thể của nó hiển hiện rõ ràng trong mỗi khoảnh khắc với chánh niệm.

Tôi đã bắt đầu xạ trị tại bệnh viện Princess Margaret ở Toronto. Tôi ở lại khu nội trú của bệnh viện khoảng 5 tuần, đi đến bệnh viện mỗi ngày 2 lần để làm xạ trị, rất đau đớn. Tôi cảm giác mình không có chút cân bằng nào suốt khoảng thời gian này. Tôi rất đau đớn và không muốn xa nhà. Tôi cảm thấy thể chất mình suy nhược và mất hết hy vọng. Ta rất dễ rơi vào tuyệt vọng khi cảm thấy thể chất mình quá tồi tệ.

Vào lúc đó, tâm không mấy an ổn, nhưng tôi nhớ lời một trong những người hướng dẫn Vipassana đã nói với tôi: "Nếu bạn không duy trì được sự quân bình nơi tâm trí, chỉ cần nhận biết rõ là tâm trí bạn đang mất quân bình và rồi hãy tiếp tục hành trì." Đây là một phần giáo huấn hết sức hiệu quả của Đức Phật. Sự thành tựu không đến ngay lập tức. Khi mọi thứ trở nên tồi tệ, tôi vẫn có thể nhìn vào thực tại của tôi như nó thật là, nhận biết rõ bản chất rốt cuộc là vô thường của nó, và khởi sự trở lại ngay từ chỗ đó.

Ca phẫu thuật cắt bỏ khối u và cứu lấy chân tôi đã kéo dài 13 tiếng đồng hồ và sự hồi phục rất khó khăn. Cuối cùng, tôi trở về nhà và bắt đầu vật lý trị liệu. Lúc này là tháng Tư năm 2006. Ung thư đã qua rồi, mùa xuân cũng đã đến và tôi đã bắt đầu đi đứng được trở lại. Nhưng chỉ một tuần sau khi xuất viện, họ báo rằng ung thư đã di căn vào trong phổi. Đây là một tin khủng khiếp vì khi ung thư đã di căn thì tiên lượng rất xấu. Họ nói tôi có 20 phần trăm cơ hội sống được 5 năm nữa, và tất nhiên là điều này quá khó chấp nhận.

Tôi bấn loạn vì điều này trong khoảng ba, bốn ngày và cũng như hồi tháng 10 năm 2005, tôi lại nhận ra rằng tôi phải nhìn thẳng vào nỗi sợ hãi và sự thất vọng, rồi chờ đợi. Một lần nữa, tôi rất biết ơn vì có được một phương pháp để đương đầu với tình huống này, để đối diện với tâm tôi và sự vây hãm của sợ hãi. Người khác sẽ cố gắng giúp đỡ trong những trường hợp như thế này nhưng cuối cùng bạn cũng bị bỏ lại với tâm của bạn. Bạn cô đơn trong sự bấp bênh và thống khổ. Tôi thường ngồi thiền giờ này qua giờ khác và cuối cùng tôi thấy mình có thể bình yên với nỗi khổ. Tôi có thể nói về khả năng mình sắp chết và thậm chí đùa cợt về điều đó, thật đáng kinh ngạc.

Khi tôi chấp nhận được tình huống, tôi nhận ra rằng cái khó chấp nhận của ý nghĩ về cái chết không phải ở chỗ tôi sẽ chết sớm, ở tuổi 53 thay vì là 83 như tôi luôn mong muốn, mà là ở chỗ *thế nào tôi cũng phải chết*. Không phải việc chết sớm là khó chấp nhận, mà chính là tự thân cái chết. Tôi nhận ra *chính cái chết* mới là điều tôi nghĩ sẽ không bao giờ xảy ra với tôi, chứ không phải chuyện chết sớm hay chết vì ung thư.

Một trong những tư tưởng mà tôi đã dựa vào để cố chấp nhận cái chết là điều Albert Einstein từng nói: "Chúng ta sợ chết vì chúng ta bám vào ý tưởng ta là cá biệt, nhưng nếu ta có thể thấy được mình là một phần trong sự hiển bày của vũ trụ, tuyệt vời trong sự phức hợp và huyền bí của nó, chúng ta sẽ không quá sợ hãi." Đây là điều mà thiền tập cho phép tôi thực hiện bằng trải nghiệm, để thấu hiểu chính tôi như một phần trong sự hiển bày của vũ trụ, tuyệt vời trong sự huyền bí của nó. Điều mà chúng ta làm khi thiền tập là trải nghiệm, giờ này qua giờ khác, sự sinh và diệt, sự vô thường, của tất cả cảm giác trên thân. Thực tại của tôi, toàn bộ cấu trúc thân tâm, là vô thường, biến chuyển không ngừng từ khoảnh khắc này sang khoảnh khắc khác, giống hệt như toàn thể vũ trụ. Mọi thứ tôi thuộc về cũng luôn thay đổi, từng khoảnh khắc, và hơn nữa nhờ vậy mà tuyệt vời. Vào cuối đời, Einstein nói rằng cái chết phải được tiếp cận một cách trang trọng. Đó là, không sợ hãi cái mà ta không thể trốn chạy. Bản chất sự hiện hữu của chúng ta là, mỗi chúng ta là một phần cấu thành trong sự hiển bày mầu nhiệm của vũ trụ.

Chính nhờ thông qua thực hành thiền tôi nhận ra rằng tôi có thể thể nghiệm bản thân như một phần trong sự hiển bày huyền bí và phức hợp của vũ trụ. Bây giờ tôi nghĩ rằng cái chết sẽ không quá khó khăn nếu tôi duy trì sự tỉnh giác liên tục về bản chất biến đổi không ngừng của toàn bộ cấu trúc thân tâm. Điều này phải được luyện tập. Thomas Merton nói: "Yên lặng là sự chế ngự cái chết." Ông ta có ý chỉ sự tỉnh tâm. Yên lặng là sự chế ngự cái chết, bởi vì chính khi tâm bạn yên lặng thì bạn có thể nhận biết rõ bản chất sự tồn tại của mình. Trong những lúc đó, nỗi sợ hãi mất đi ảnh hưởng của nó.

Bà Virginia: Cô có thời gian còn lại trong đời mình, nhưng cô không biết là bao lâu; cô có mục tiêu đi dạy lại như một triết gia. Sự giảng dạy của cô đối với sinh viên có từng thay đổi theo như kinh nghiệm bản thân cô hay không?

Cô Susan: Truyền thống triết học mà chúng tôi giảng dạy trong các trường đại học ở Canada và Mỹ không đặt nặng tầm quan trọng của sự hiểu biết qua kinh nghiệm. Không phải không có những triết gia bàn luận về vấn đề này, nhưng về cơ bản chúng tôi giảng dạy cách phân tích, phân biệt các khái niệm, định nghĩa rõ ràng các thuật ngữ, lập luận và biện bác các luận cứ. Nếu khái niệm về hiểu biết qua kinh nghiệm có tồn tại trong các truyền thống triết học phương Tây thì nó cũng không quan trọng. Tôi muốn dùng hai môn học tôi đang dạy để giúp sinh viên thấy được tầm quan trọng của sự hiểu biết qua kinh nghiệm.

Thomas Merton nói rằng khảo nghiệm lớn nhất đối với sự tự do của chúng ta là cái chết. Tất cả chúng ta đều sẽ chết vào một lúc nào đó, nhưng lối tiếp cận mà chúng ta dùng để hướng đến cái chết có thể biến cái chết thành một sự lựa chọn cho sự sống, không phải cho cái chết. Tôi sẽ không bao giờ thấy vui về cái chết của mình, nhưng tôi vẫn có thể cảm thấy tự tại trong lúc không vui ấy. Tôi có thể tự do nhìn vào sự không vui ấy và chấp nhận nó, an ổn với nó.

Bây giờ, tôi đang trong tình trạng cố gắng sống cuộc đời mình với cái chết đe dọa mỗi ngày. Tôi thức dậy với thực tế là cuộc đời tôi có thể kết thúc rất sớm và tôi đã nhận ra là tôi có thể sống với điều này nếu tôi có thể duy trì sự tỉnh giác về bản chất sự hiện hữu của tôi. Tôi có thể sống không sợ hãi nếu tôi không hoàn toàn chỉ dựa vào sự hiểu biết lý trí mà dựa trên sự trải nghiệm, trên sự thật được cảm nhận.

Vì vậy, tôi muốn thách thức sinh viên của tôi suy nghĩ về tự do cùng với những gì tự do đòi hỏi, và làm cho các em thấy rằng chúng cũng nhất thiết phải tìm cầu loại trí tuệ là kết quả từ kinh nghiệm sống. Triết học là cái học yêu quý trí tuệ. Đó là ý nghĩa của từ "triết học". Nhưng phải là trí tuệ có được từ kinh nghiệm. Tôi e rằng những gì chúng ta đang dạy thậm chí không phải triết học. Đó không phải là dạy về trí tuệ. Chúng ta không dạy người ta sống, kinh nghiệm sự thực cuộc sống của họ. Thay vì vậy, chúng ta dạy họ quan sát chính đời sống của họ và để hài lòng với khả năng kể một câu chuyện hay, một câu chuyện khôn ngoan, nhất quán một cách hợp lý về họ là ai và họ đã làm được những gì. Tôi muốn yêu cầu sinh viên suy nghĩ tại sao các nguồn tri thức của chúng ta lại thường vô ích để hiểu được những điều như cái chết, vốn cũng là hiểu về sự hiện hữu và được tự do có ý nghĩa gì.

Cuộc phỏng vấn tiếp theo, tháng Mười Hai năm 2007

Bà Virginia: Lần cuối chúng ta nói chuyện là cuối mùa xuân năm 2006. Năm đó cô đã phải phẫu thuật tiếp theo và rồi thêm nữa vào năm 2007. Làm thế nào cô có thể vượt qua những điều đó và trở lại giảng dạy – và điều gì đã xảy ra sau đó?

Cô Susan: Vào tháng Tư năm 2006, tôi biết rằng ung thư đã lan rộng và tiên lượng bệnh của tôi rất xấu, nhưng các bác sĩ không nói với tôi rằng căn bệnh không thể chữa trị được nữa. Trong một trường hợp bướu thịt, họ điều trị di căn phổi một cách tích cực bằng phẫu thuật, và một số trường hợp quả thật có sống sót. Tuy nhiên, bác sĩ nói rằng cơ hội của tôi rất mong manh. Họ thực hiện ca phẫu thuật phổi đầu tiên cho tôi vào tháng Năm năm 2006 và đã loại bỏ 7 khối u ác tính. Rồi gần như ngay sau đó, vào tháng Sáu, có thêm các bướu nhỏ xuất hiện trong hình chụp CT. Họ không đề nghị mổ lần nữa vào mùa hè đó, nên tôi trở lại với việc giảng dạy vào mùa thu.

Tôi hạnh phúc với việc trở lại giảng dạy, mặc dù tôi ý thức rõ bệnh tình của mình. Gần đây, một người bạn và là đồng nghiệp hỏi tôi tại sao tôi muốn đi dạy trở lại, dù biết rằng cuộc đời tôi rất có thể kết thúc sớm. Tôi nói với cô ta là thật ra có một khoảng thời gian vào mùa hè năm 2006, tôi đã nghĩ có lẽ tôi nên làm gì đó đặc biệt cho phần đời còn lại ngắn ngủi của tôi bây giờ – có thể là đi du lịch đến một vài chỗ mới lạ hoặc viết một quyển sách quan trọng nào đó. Nhưng rồi tôi ngẫm lại và thấy ý tưởng này thật buồn cười.

Tôi không hối tiếc khi mất đi cuộc đời mình vì những điều lẽ ra tôi đã làm hay đạt được, hay phải chi tôi đã sống. Tôi hối tiếc khi mất đi cuộc đời bởi chính cuộc đời ấy, với kinh nghiệm trong từng khoảnh khắc của nó.

Có lần tôi nghĩ thật thú vị trước câu hỏi tôi sẽ làm gì nếu biết mình chỉ còn một vài tháng để sống. Nhưng khi tình huống đó thực sự xảy ra, đó không còn là câu hỏi nữa: Tất cả những gì tôi muốn làm là những điều bình thường hằng ngày mà tôi vẫn luôn làm. Tôi không thể nói rằng tôi đi đến kết luận này vì thực hành thiền Vipassana, bởi tôi biết những bệnh nhân ung thư khác cũng có cùng kết luận này dù không hành thiền. Thế nhưng tôi nghĩ, kết quả của việc thực hành Vipassana là sự thật này quá dễ dàng để chấp nhận và áp dụng cho những gì còn lại của đời tôi. Và tôi chắc chắn rằng nhờ Vipassana mà không có gì để buồn phiền về tình trạng này. Có điều gì đó cuốn hút trong ý tưởng rằng cái chết phải đầy kịch tính, và phải làm hay nói ra điều gì đó trọng đại để đánh dấu biến cố này, như thể để nhấn mạnh "ý nghĩa" của nó. Thế nhưng tất cả những gì tôi muốn cho quãng đời còn lại rất đỗi thường tình của tôi là sự tỉnh giác hoàn toàn trong tĩnh lặng về các khía cạnh tầm thường nhất của cuộc sống – không thêm thắt những trò vui hay kích động và chắc chắn là không có những màn cường điệu hay ướt át. Những cái bình thường chính là kỳ diệu hơn cả khi cái chết đến gần. Đây là sự thật tôi đã kinh nghiệm qua công phu thực hành Vipassana.

Vậy là tôi trở lại giảng dạy và thấy dễ dàng chưa từng có. Tôi đang làm những gì tôi phải làm, những gì tôi vẫn luôn làm, và những gì tôi tin tưởng, nhưng tôi không còn quan ngại về tầm quan trọng của nó nữa. Nói vậy không có ý là nó không quan trọng. Những gì tôi đang làm và giảng dạy là quan trọng và có ý nghĩa đối với tôi, như từ trước đến nay vẫn vậy, nhưng tôi không còn xem việc nó có ý nghĩa và quan trọng là điều quan trọng nữa. Điều này có nghĩa là tôi thấy rằng tôi đang sống mà không cần để ý cách mình sống, không cần thêu dệt trong đầu những chuyện tôi phải sống thế nào và tại sao. Bằng cách nào đó, mối quan hệ giữa tôi với sinh viên trở nên dễ dàng hơn và thẳng thắn hơn.

Tôi kết thúc học kỳ mùa thu và có thêm những cuộc phẫu thuật vào mùa đông năm 2006-2007. Đây là một quãng thời gian khó khăn vì một trong những tiến trình phẫu thuật bị sai lệch và kết quả là tôi đau đớn kinh niên và đi lại khó hơn. Nhưng đến mùa thu, tôi trở lại giảng dạy, một lần nữa tự hỏi liệu tôi có qua nổi học kỳ này không.

Sau đó, vào giữa tháng Mười vừa rồi, gần như ngay sau khi tôi được thông báo bởi bác sĩ điều trị ung thư là mọi thứ đã ổn, thì tôi nhận được tin mới là có một khối u lớn gần tim. Tin tức đến từ một báo cáo X-quang. Họ đã bỏ sót nó trong 2 lần chụp trước. Một vài tuần sau đó, các bác sĩ báo với tôi rằng khối u không thể giải phẫu được, nhưng họ có thể thử một phương pháp hóa trị nào đó. Tuy nhiên, chỉ có thể giảm nhẹ thôi, nghĩa là tạm thời ngăn chặn các triệu chứng và có thể cho tôi thêm thời gian. Đó là tin tức tôi nhận được vào đầu tháng Mười Một năm 2007.

Bà Virginia: *Khi bác sĩ nói với cô là chỉ có thể điều trị giảm nhẹ thôi, cô cảm thấy gì? Những mong đợi của cô là gì?*

Cô Susan: Tôi đã nói chuyện với bác sĩ điều trị ung thư qua điện thoại vào chiều ngày 5 tháng Mười Một và ông ta bảo tôi rằng tôi có thể chỉ sống ba đến sáu tháng nữa nếu hóa trị không thành công – và không có nhiều khả năng nó sẽ thành công. Tôi ngạc nhiên là mình đã có thể đối thoại với bác sĩ một cách rất bình tĩnh. Tôi cố gắng thu thập càng nhiều thông tin như có thể được và cũng phàn nàn về việc khối u bị bỏ sót bởi bác sĩ X-quang vào tháng Tám. Tôi cũng nói với ông ta là tôi biết ơn ông đã cứu chân tôi, mặc dù bây giờ đây tôi không còn sống được bao lâu.

Sau khi kết thúc cuộc nói chuyện, tôi gọi mẹ tôi và báo với bà tin này một cách bình thản, cho dù điều này rất khó khăn với bà. Sau đó, tôi ngồi nơi phòng khách, trong bóng tối nhiều giờ liền, lặng lẽ và thản nhiên quan sát các cảm giác sợ hãi, thất vọng, buồn bã và lo âu. Tôi từng hy vọng được sống, giờ thì không. Tôi có thể cảm nhận khối u đè lên cuống họng và tôi chờ đợi nó cuối cùng sẽ chặn nghẹn cổ họng tôi. Tôi đã kinh nghiệm nhiều lo âu về tiến trình của cái chết và những gì phải làm để chuẩn bị cho nó. Giờ thì tôi chỉ quan sát những cảm thọ này, và sau một hồi lâu, bằng cách nào đó tôi cảm thấy dễ chịu, vì những gì tôi đang nhìn thấy và chấp nhận vào thời khắc này chính là bản chất của thực tại con người – hoàn toàn bấp bênh và cô độc, không có gì để nắm giữ ngoài khoảnh khắc thực tại. Tối hôm đó, tôi có một cảm giác tự tại và bình an, cảm giác rằng tôi đã ở vào ngay tâm điểm đích thực của đời mình, hoàn toàn tiếp xúc với toàn bộ thực tại mong manh của sự hiện hữu của mình.

Tôi vẫn còn gần một nửa học kỳ phía trước. Nhưng có thể vì tôi đã dành quá nhiều thời gian thiền tập, nhận thức về những gì đang diễn ra trong thân tôi và hiểu rằng mọi thứ trong vũ trụ đều liên tục biến chuyển, mất đi, và trở lại với cuộc sống nên cái tin chẳng lành rằng tôi chỉ còn sống được ba tháng nữa dường như cũng chẳng quan hệ gì. Dĩ nhiên, điều đó thật gây sốc và khó chấp nhận. Nhưng ít nhất trong một chừng mực khiêm tốn, tôi đã trở nên quen thuộc với ý tưởng là tôi chỉ có mỗi hiện tại này, và mọi người khác cũng chỉ có mỗi hiện tại này mà thôi.

Hồi năm 2006, tôi thoáng có ý nghĩ là nếu chỉ còn khoảng ba tháng để sống, tôi nên nói điều gì đó quan trọng với sinh viên, hoặc làm điều gì đó thật đặc biệt. Song tôi cũng đã hiểu ra rằng điều tốt nhất tôi có thể làm cho các em là nêu một tấm gương cho chúng. Không chừng trong vài tháng nữa, nếu tôi qua đời, các em sẽ biết được tôi đã sống với vấn đề gì, và hẳn tôi đã chỉ ra cho các em rằng ta có thể sống bình thường với thực tại của cái chết, vốn là điều mà tất cả chúng ta nhất thiết phải làm nếu không muốn đánh mất đời mình trong nỗi sợ hãi. Tôi không muốn trao cho các em hay bất kỳ ai khác chỉ những lời nói suông, vì như vậy có gì đó dường như không đúng. Ngôn từ không giúp tôi đối diện với nỗi sợ chết hay sống cùng cái chết một cách định tĩnh, trong chừng mực như tôi đã làm. Chính việc hành thiền Vipassana, bình thản và lặng lẽ nhìn sự vật như chúng đang là, đã giúp tôi sống chung với cái chết gần kề. Vì thế, tôi đã không nói với sinh viên hay đồng nghiệp về tình trạng của mình. Nếu tôi nói ra, hẳn tôi đã không thể tiếp tục làm việc một cách bình thường như trước, điều mà tôi mong muốn hơn cả.

Không có gì thay đổi nhiều trong cuộc sống của tôi sau khi nhận được cái tin chết chóc ấy. Tôi phải giảng dạy cho sinh viên và tôi thấy tôi có thể làm được. Thỉnh thoảng, tôi cảm thấy lạ lùng khi trò chuyện với sinh viên hay nghe các em thuyết trình và tự nghĩ: "Chẳng bao lâu nữa tôi sẽ chết, vậy mà tôi lại đang ngồi đây nghe những bài thuyết trình này." Rồi sau đó tôi nghĩ: "Nhưng điều đó không liên quan, thật sự không liên quan, bởi lẽ tất cả chúng ta đều đang trong tình trạng này. Tôi đang có phút giây hiện tại, chỉ mỗi phút giây hiện tại này, và các em cũng đang có giây phút này, chỉ giây phút này. Các em không tin như thế và nếu tôi có nói, chúng cũng sẽ không tin. Nhưng đây là thực tại tất cả chúng ta cùng chia sẻ.

Tôi cảm thấy may mắn đã có một năm rưỡi để đón nhận thực tại này. Không phải do tiêu cực hay mất hy vọng, mà là tôi quyết định rằng tôi có thể sống tốt hơn với bệnh tình, một cách thực tiễn, nếu tôi sẵn sàng chấp nhận tình huống xấu nhất và sống với nó, có nghĩa là, nếu tôi sẵn sàng đón nhận cái chết và học cách sống bình thường với sự chờ đợi ấy. Khi bắt đầu thực hành Vipassana, tôi học được rằng đây chính là cách sống mà bất kỳ ai cũng nên học theo, vì đây là bản chất cốt lõi của sự hiện hữu vô cùng mong manh và tạm bợ của chúng ta.

Kết quả ba năm hành thiền Vipassana cho tôi thấy rất rõ rằng với bất kỳ ai, tất cả những gì chúng ta có trong cuộc đời này là các hoạt động bình thường đơn giản hằng ngày trong hiện tại và sự tỉnh giác về chúng. Dĩ nhiên, nói điều này thì dễ, và nhiều người đã nói thế, trước đây tôi cũng nói thế. Nhưng vì rất ít người thực sự theo đuổi sự tĩnh lặng nội tâm để có khả năng thực sự tỉnh giác về giây phút hiện tại, nên nhiều người chỉ nói suông điều này và cùng lúc vẫn đánh mất cuộc đời của họ. Như triết gia người Cuba, José Martí đã cảnh báo, chúng ta phải nỗ lực hết sức để khẳng định sự hiện hữu của mình, và nếu chúng ta không làm vậy, cuộc đời ta sẽ trôi qua như dòng sông Guadiana ở Tây Ban Nha, chảy siết âm thầm trong lòng đất không nhìn thấy được, nên chúng ta thậm chí gần như không nhận biết nó đang trôi qua.

Bà Virginia: Thay vì nói "sự nhận biết của tôi", dường như bây giờ cô chỉ nói về "sự nhận biết", bởi vì điều mà cô đang kinh nghiệm là sự bình tâm cảm nhận về "cái tôi" thoáng hiện này, kết nối với "cái tôi" thoáng hiện kế tiếp trong khoảnh khắc hiện tại tiếp nối và rồi với khoảnh khắc hiện tại kế tiếp nữa.

Cô Susan: Có thể đây là điều tuyệt vời nhất xảy ra khi một người thực hành thiền hằng ngày: "cái tôi" dần tan biến mà người đó không hề nhận biết. Trong thực tế, dường như đó là một phần trong bản chất của kinh nghiệm buông bỏ bản ngã và kết quả là ta trở nên ý thức rõ hơn giây phút hiện tại. Đây là điều ít ai lưu ý. Tôi nghĩ đây là lý do người ta hiểu sai về chánh niệm, hay tỉnh giác, một chủ đề rất phổ biến hiện nay. Người ta thường dụng công quá nhiều để nhận biết những gì họ đang làm đến nỗi họ chú trọng nhiều hơn vào nỗ lực của họ. Nhưng một nhà hiền triết Trung Hoa cổ đại là Trang Tử đã nói: "Khi giày vừa vặn, ta không để ý đến nó."[1] Khi hành thiền ngày qua ngày, tâm bạn trở nên tĩnh lặng hơn và kết quả là nhận thức nhạy bén hơn, bạn ít bận tâm hơn tới ý nghĩa của sự tỉnh giác.

---

[1] Nguyên văn Trang tử đã viết: 忘足，履之適也。(Vong túc, lý chi thích dã. Quên mất đôi chân, đó là do đôi giày vừa vặn.)

Bạn chính là đang tỉnh giác. Và khi bạn thực sự tỉnh giác, nhận biết rõ khoảnh khắc hiện tại, bạn không quan tâm đến "cái ngã" của bạn nữa, vì cái ngã dần mất đi. Nó buộc phải mất đi.

Song điều này chỉ xảy ra với sự hành trì qua thời gian, rất nhiều thời gian. Không có tiến trình buông bỏ bản ngã chậm chạp và kiên trì đó, bạn không bao giờ có thể thực sự sống trong hiện tại, bởi vì bạn không ngừng băn khoăn – phần lớn cho bản thân mình – đến việc thực hành chánh niệm trong hiện tại có ý nghĩa gì. Khi bạn thực sự hiểu rằng cuộc đời bạn chỉ có ý nghĩa ở hiện tại, những câu hỏi tự quan trọng hóa bản thân như thế không còn là vấn đề, và bạn được giải thoát khỏi sự tự phân tích đầy mệt mỏi và sợ hãi. Nếu nỗ lực hướng đến chánh niệm là một sự quan tâm đến tự ngã thì đó thực sự hoàn toàn không phải là chánh niệm, ít nhất là không theo nghĩa giải thoát mà đức Phật giảng dạy.

Bà Virginia: Chúng ta bị bao phủ hoàn toàn trong ý niệm về bản ngã, trong ảo tưởng về một cái "tôi". Nếu nhu cầu kiểm soát đời sống là kết quả của ý niệm bản ngã đang cố bám víu, cô có cảm thấy nhu cầu này mất dần đi khi bản ngã tan biến? Nếu sự kiểm soát tan biến, làm sao điều này giúp cô được bình tâm, an ổn sâu sắc hơn?

Cô Susan: Viễn ảnh của cái chết làm ta khiêm tốn lại, vì khi mất cuộc sống và tương lai, ta mất đi sự kiểm soát. Khi hay tin khối u của tôi không thể mổ được, tôi cũng được biết là khối u này đã được phát hiện trong phúc trình tháng 8, nhưng bác sĩ X-quang đã bỏ sót. Các bác sĩ có thể tìm thấy khối u đó vào tháng Tám, thậm chí vào tháng Sáu, nhưng họ đã không phát hiện ra. Tôi nói với bác sĩ điều trị ung thư rằng sơ xuất này cần được nêu ra, nhưng tôi thực sự không cảm thấy giận dữ hay bực tức nhiều về chuyện này. Tôi chấp nhận cho qua.

Bà Virginia: Cô không quá giận khi họ đã để sót khối u vào tháng Sáu?

Cô Susan: Tôi nói với bác sĩ chuyên khoa ung thư là tôi không bận tâm về việc truy cứu vấn đề, nhưng phải có người nào đó lưu ý, vì ai đó sơ xuất mà tôi sắp mất mạng. Ông ta nói:

"Cô nên nêu vấn đề đó lên, vì sự việc sẽ được thúc đẩy hơn khi bệnh nhân nêu lên vấn đề." – "Ôi!", tôi đáp lại, "nếu tôi lãng phí những tháng cuối cùng của đời tôi cho việc đó thì thật ngốc nghếch. Chính ông vừa cho hay là tôi sắp chết. Tại sao tôi phải đi truy cứu cái gã đã mắc sai lầm? Ông nên làm điều đó. Đó là việc của ông. Đây là bệnh viện của ông." Sau đó tôi không bao giờ nghĩ về điều này nữa.

Bà Virginia: Như vậy là mất đi sự kiểm soát hay không còn bản ngã?

Cô Susan: Tôi chỉ muốn thấy sai lầm này được sửa chữa để không xảy ra cho ai khác. Nhưng rồi tôi ngạc nhiên về việc tôi đã không quan tâm hơn nữa, bởi vì sai lầm này là cực kỳ đắt giá đối với tôi. Có thể họ đã cứu được mạng sống của tôi nếu họ phát hiện khối u đó hồi tháng Sáu hay tháng Tám.

Bà Virginia: Đức Phật dạy rằng chỉ có riêng ta chịu trách nhiệm hoàn toàn về những gì ta đã làm trong quá khứ, rằng những gì xảy ra trong quá khứ quy định những gì xảy ra ở hiện tại. Những giáo pháp đó thì sao?

Cô Susan: Vâng, tôi luôn nhớ rằng ngài Goenka đã nói, chúng ta chỉ có trách nhiệm với giây phút hiện tại. Đôi khi tôi tự hỏi, tôi đã làm gì trong quá khứ mà dẫn đến tất cả những điều này xảy ra với tôi – bốn năm điều trị ung thư – nhưng rồi tôi nhớ lại rằng tôi chỉ chịu trách nhiệm cho những gì đang xảy ra lúc này, và chỉ có thế thôi. Tôi phải thực hành phần [giáo pháp] đó. Đó là phần [giáo pháp] giải thoát tôi khỏi sự ràng buộc của oán hận và giận dữ. Ở một chừng mực nào đó, tôi ghét tất cả những thứ này – những cơn đau, các buổi hẹn bác sĩ, thuốc thang, điều trị, truyền tĩnh mạch, chăm sóc y tế, lệ thuộc, nhập viện hết lần này đến lần khác... Trước đây tôi đã từng rất khỏe mạnh, tráng kiện và đầy sinh lực. Thật rất dễ dàng, thậm chí là hợp lý, để sa vào hố sâu của sự oán hận.

Bà Virginia: Khi để mình chìm ngập trong sự oán hận đó, hẳn cô đã đánh mất đi giây phút hiện tại.

Cô Susan: Đúng vậy. Vipassana là một phương tiện rất quan trọng. Tôi chỉ cần bắt đầu quan sát hơi thở. Tất cả những đêm trong bệnh viện đó – nóng bức, ngột ngạt, kín mít – không có gì vui thích cả. Nhưng khi bạn tập trung vào hơi thở và an trú vào đó trong khoảnh khắc hiện tại, thì cuối cùng mọi thứ đều qua đi. Và bạn ra về, đợi đến lần kế tiếp. Nhưng tôi phải luyện tập việc này, cũng giống như mọi việc khác thôi.

Bà Virginia: Cô có thể có 2 tháng còn lại, cô cũng có thể có 2 năm hay nhiều hơn. Trong khoảng thời gian đó, điều gì là quan trọng nhất phải làm đối với cô để hoàn thành mọi thứ tốt đẹp?

Cô Susan: Tôi tin tưởng rất nhiều vào sự đơn giản và tĩnh lặng, ý tôi là sự tĩnh lặng nội tâm. Tôi không thấy mình suy nghĩ gì nhiều về mọi thứ sẽ như thế nào cho đến lúc tôi chết. Tôi tin điều ngài Goenka nói, nếu bạn thực tập mỗi ngày thì vào phút lâm chung, bạn sẽ có những nguồn lực để đối mặt với cái chết. Tôi biết từ những lần nói chuyện với những người làm việc trong bộ phận chăm sóc đặc biệt (Palliative Care)[1] là quá trình cận tử có thể diễn ra theo nhiều cách. Vì thế tôi chỉ muốn sống từng khoảnh khắc, với sự bình an và tỉnh thức càng nhiều càng tốt. Và tôi muốn điều đó dễ dàng giống như mang "đôi giày vừa vặn". Tôi biết là điều này chỉ xảy ra khi có kỷ luật nội tâm, được tích lũy qua việc hành thiền tốt đẹp mỗi ngày. Tôi biết ơn là đã học được sự tĩnh lặng kỳ diệu này, không phải sự yên lặng của ngoại cảnh vốn có thể kinh nghiệm ngay cả khi tâm dao động, mà là sự tĩnh lặng nội tại thoát khỏi những độc thoại nội tâm xuất phát từ nỗi sợ hãi và sự đề cao bản ngã, làm bạn mất đi tính nhạy bén đối với [những gì đang diễn ra] ở đây và bây giờ.

Tôi thực sự không thể nghĩ gì xa hơn tháng Một, hoặc vài tuần sắp tới, khi tôi đi hóa trị lần tiếp theo. Lần đến bệnh viện

---

[1] Nguyên tác dùng "palliative medicine" trong ý nghĩa chỉ bộ phận chăm sóc đặc biệt dành cho các bệnh nhân nghiêm trọng mà hầu hết là có nguy cơ tử vong cao, có tên chính thức là Palliative Care. Chính vì vậy nên các nhân viên làm việc ở đây mới có nhiều kinh nghiệm về những người sắp chết.

gần đây nhất, bác sĩ cho biết là khối u đã phát triển và ông ấy sẽ cho tôi về nhà, không điều trị gì thêm nữa. Tôi ngồi một mình trong bệnh viện sau một lần hóa trị. Người lái xe đưa tôi đến đã rời đi vì nghĩ tôi sẽ ở lại bệnh viện trong bốn ngày điều trị. Bác sĩ bảo tôi là khối u đó không teo lại, thậm chí không ổn định như cũ mà đã to hơn. Tôi ngạc nhiên thấy mình lắng nghe bác sĩ nói mà không xúc động quá mức. Tôi không nghĩ là sẽ nhận tin xấu trong ngày đó, nhưng tin này thực sự là quá xấu. Rồi sự thể hóa ra lại đổi khác 4 giờ sau đó, khi bác sĩ điều trị ung thư yêu cầu chụp hình lần nữa và xác định rằng mặc dù khối u đã to lên, nhưng giảm đi 75% khối lượng. Vì vậy ông quyết định cho tiếp tục việc hóa trị. Lại thêm một ngày khó khăn nữa. Cách duy nhất để vượt qua những việc này là thực hành sống ngay trong khoảnh khắc hiện tại.

Bà Virginia: Cô ngạc nhiên nhưng cô không phản ứng. Có phải một phần nào đó trong tâm cô bình thản quan sát các cảm giác nhờ cô đã rèn luyện bản thân mình như thế?

Cô Susan: Có lẽ vậy. Tôi có thể hình dung người khác sẽ ngã quỵ. Tôi cũng hình dung được chính mình ngã quỵ. Đây đã là tin khủng khiếp nhất. Trước đây họ nói có chút cơ may hóa trị thành công và bây giờ bác sĩ nói cái cơ may nhỏ nhoi kia cũng không còn nữa, nó đã không xảy ra.

Bà Virginia: Cô nói rằng cô không muốn phần còn lại của cuộc đời mình, dù là bao lâu, bị lấy mất đi, và cô muốn sống từng khoảnh khắc hiện tại. Cô có thể diễn tả lại điều này bằng lời lần nữa không?

Cô Susan: Quả đúng là như vậy. Đó là một vấn đề thực tiễn. Tôi không muốn đánh mất bất kỳ thời gian nào còn lại của đời tôi trong sự sợ hãi, giận dữ, bực tức và tiếc nuối. Và cách duy nhất tôi có thể làm được như vậy là nhìn vào những gì đang xảy ra ngay vào lúc này, chứ không phải những gì tôi mong muốn xảy ra – nhìn mọi sự vật đúng thật như chúng đang hiện hữu và thoát khỏi những mong đợi rằng sự việc phải như thế nào đó.

Bà Virginia: *Sự tự do của cô đến từ việc sống trong khoảnh khắc hiện tại và không phản ứng?*

Cô Susan: Đúng vậy. Hiện nay tôi biết là ta cần phải cảm nhận được ý nghĩa đúng thật của ý tưởng này. Bây giờ người ta nói quá nhiều về chánh niệm. Điều này trở thành phong trào. Nhưng đó toàn là sự tự tôn tô đậm bản ngã. Tôi tỉnh thức. Tôi sống trong hiện tại. Khi bạn thực sự ý thức được chính mình đang sống trong hiện tại, bạn không ý thức được việc mình đang ý thức. Bạn không nghĩ về tự thân sự tỉnh thức đó. Đối tượng sự tỉnh thức của bạn là sự sinh khởi và diệt đi trong từng khoảnh khắc thời gian. Bạn không thể cùng lúc dính mắc vào bản thân và tầm quan trọng của bạn, bởi vì điều đó cũng đang sinh khởi và diệt mất, mãi mãi như vậy. Bản chất sự hiện hữu của chúng ta xét đến cùng là vô thường. Tất cả chúng ta đều biết vậy và nói đi nói lại mãi điều này, nhưng khi bạn chứng nghiệm được sự thực này trong từng khoảnh khắc, thì bạn cũng không còn quan tâm đến tự ngã nữa. Nó không còn quan trọng. Đây là một ý niệm đơn giản, nhưng đồng thời cũng rất nan giải. Cho dù tôi sẽ chết sớm hay không phải chết sớm, tôi thực sự chỉ có mỗi điều này, khoảnh khắc hiện tại này.

Kṣhaṇa kṣhaṇa kṣhaṇa kṣhaṇa bītate,
jīvana bītā jāya.
Kṣhaṇa kṣhaṇa kā upayoga kara,
bītā kṣhaṇa nā āya.

—Hindi doha, S. N. Goenka

Từng khoảnh khắc tiếp nối, tiếp nối,
Đời sống cứ vuột qua,
Hãy sống trọn từng khoảnh khắc,
Mỗi khoảnh khắc trôi qua chẳng bao giờ trở lại.

Thi kệ (doha) Hindi - S. N. Goenka

Nghiệp - Sự thừa kế đích thực

Tuệ giác thể nghiệm từ thiền tập khẳng định rằng, mỗi chúng ta là người duy nhất chịu trách nhiệm hoàn toàn về việc ta là ai, là người như thế nào. Chúng ta không thể trốn chạy quy luật tự nhiên này. Sự hiểu biết như vậy củng cố ý nguyện tu tập và phục vụ Chánh pháp của chúng ta. Nó cũng tạo ra động lực mạnh mẽ hỗ trợ ta trong những giây phút hôn ám khi thiền tập hay những lúc quá mệt mỏi và cuộc sống xô bồ như muốn đè bẹp ta.

Giống như cây mọc lên từ những hạt mầm, rồi cuối cùng sẽ cho ra thêm những hạt mầm cùng loại trong tương lai, những ý nghĩ, lời nói, việc làm thoáng qua của chúng ta trong đời sống hằng ngày, sớm muộn gì cũng sẽ mang lại những kết quả tương ứng. Tương lai đó có thể tươi sáng hay đen tối. Nếu trong hiện tại ta tinh tấn hướng đến sự hiền thiện, tỉnh thức và an định, tương lai ta sẽ tươi sáng hơn. Nếu vì vô minh, ta phản ứng với tham lam và sân hận, tương lai ta sẽ chìm trong tăm tối.

Giáo pháp của đức Phật dạy ta phương pháp phát triển sự tỉnh giác về vô thường (anicca) và rèn luyện mô thức thói quen luôn bình tâm trước những cảm giác dễ chịu cũng như khó chịu. Tuệ giác tối thượng là rõ biết được rằng phương pháp này và chỉ có phương pháp này mới làm tan rã được những mô thức thói quen lâu đời đã làm cho cuộc sống trở nên quá khó khăn cho ta và những người quanh ta. Phương pháp này đưa ta thoát khỏi khổ đau và hướng đến Niết-bàn (nibbāna). Chính vì vậy mà chúng ta tu tập. Nếu trong hiện tại, chúng ta luôn tỉnh giác, cẩn trọng và chuyên cần, ta sẽ làm cho tương lai mình thay đổi sâu sắc theo hướng tốt đẹp hơn.

Trong pháp thoại cuối cùng của tất cả các khóa tu Vipassana dài ngày, Goenkaji giảng giải chi tiết phần giáo pháp sau đây của Đức Phật. Bài này được trích ra từ pháp thoại nói trên, đã in trong Vipassana Newsletter số tháng Sáu năm 1995.

Kammassakā, bhikkhave,
sattā kammadāyādā kammayonī
kammabandhū kammapaṭisaraṇā.
yaṃ kammaṃ karonti—kalyāṇaṃ vā pāpakaṃ vā—
tassa dāyādā bhāvanti.

—**Aṅguttara Nikāya 10. 216**

Này các thiền giả,
Chúng sinh là chủ nhân hành nghiệp của mình,
là người thừa kế hành nghiệp của mình,
sinh ra từ hành nghiệp của mình,
là thân quyến hành nghiệp của mình.
Hành nghiệp là nơi nương náu của họ.
Vì thế, bất kỳ hành động nào chúng sinh đã làm,
dù thiện hay ác,
cũng sẽ là di sản mà họ thừa kế.

—Tăng Chi Bộ Kinh, 10. 216

Kammassakā: Này các thiền giả, chúng sinh là chủ nhân
hành nghiệp của mình.

Luật Duyên sinh (*paṭicca samuppāda*) là luật phổ quát về nhân quả: Nhân thế nào thì quả sẽ thế ấy. Tác ý là động cơ thúc đẩy hành động, bằng lời nói hay việc làm. Nếu động cơ [tác ý] này là bất thiện thì lời nói và việc làm sẽ là bất thiện. Nếu hạt giống là bất thiện thì chắc chắn quả sẽ là bất thiện. Nhưng nếu động cơ [tác ý] này là hiền thiện thì kết quả của những hành động này sẽ là hiền thiện. Đối với một thiền sinh Vipassana đã phát triển khả năng quan sát quy luật này bằng kinh nghiệm trực tiếp, câu hỏi "Tôi là ai?" trở nên rõ ràng. Bạn không là gì khác hơn toàn bộ những *kamma* (nghiệp), những *saṅkhāra* (hành vi tác ý) của bạn. Tất cả các hành động tích tụ của bạn hợp lại thành một cái "tôi" trên bình diện quy ước.

Kamma dāyādā: là người thừa kế hành nghiệp của mình.

Theo ý nghĩa quy ước trong thế gian, khi ta nói: "Tôi nhận được di sản này từ cha tôi, mẹ tôi, các bậc tiền bối của tôi" thì quả đúng vậy, ở mức độ những gì nhìn thấy được. Nhưng cái gì thực sự là di sản ta được thừa kế? *Kamma dāyādā*. Ta thừa kế nghiệp, kết quả của những nghiệp nhân do chính ta tạo ra. Bất kể bạn là người như thế nào lúc này, thực thể cơ cấu thân tâm trong hiện tại này không gì khác hơn là kết quả, là sự tổng hợp tất cả những nghiệp của bạn đã tích lũy từ trong quá khứ. Sự trải nghiệm trong khoảnh khắc hiện tại này là tổng hợp của tất cả những gì đã tích tụ, được thừa kế - *kamma dāyādā*.

Kammayonī: Sinh ra từ hành nghiệp của mình.

Người ta nói: "Tôi là sản phẩm của một cái tử cung, tôi được sinh ra từ bào thai mẹ." – Nhưng đó chỉ là một sự thật bề ngoài. Thực ra, sự sinh ra của bạn là do nghiệp nhân trong quá khứ của bạn. Bạn được sinh ra từ bào thai các nghiệp nhân của chính bạn. Khi bạn bắt đầu hiểu và thể nghiệm được Giáo pháp một cách sâu xa hơn, bạn chứng thực sự thật này. Đây là *kammayonī*, cái bào thai trong từng khoảnh khắc sản sinh ra nghiệp quả của những nghiệp nhân đã tích tụ.

Kammabandhū: là thân quyến hành nghiệp của mình.

Không ai khác là người thân thích của bạn – không phải cha, mẹ, anh, chị, em của bạn. Trong thế gian này, ta thường nói: " Đây là anh tôi, đây là người bà con tôi, đây là người thân thiết của tôi, họ vô cùng gần gũi với tôi." Thật ra, không ai gần gũi với bạn, không ai có thể đồng hành hay giúp đỡ bạn khi thời khắc đến. Khi bạn chết, không ai đi cùng bạn, ngoài nghiệp của bạn. Những người bạn gọi là người thân, tất cả đều ở lại nơi này, chỉ có nghiệp của bạn tiếp tục đi theo bạn từ đời này sang đời khác. Bạn không sở hữu được bất cứ điều gì ngoài nghiệp riêng của bạn. Nghiệp là thân quyến và là bạn đồng hành duy nhất của bạn.

Kamma paṭisaraṇā: Hành nghiệp là nơi nương náu của họ.

Chỉ có sự nương náu nơi hành nghiệp của riêng mình. Nghiệp hiền thiện cho ta một nơi nương náu, nghiệp bất thiện tạo thêm nhiều khổ đau. Không một ai khác có thể làm chỗ nương náu cho bạn. Khi bạn thệ nguyện: *"Buddhaṃ saraṇaṃ gacchāmi."* (Con về nương tựa Phật), bạn hiểu rất rõ là con người có tên Gotama (Cồ-đàm), người đã thành Phật Thích-ca, không thể cho bạn một chỗ nương náu. Chính nghiệp của bạn mới cho bạn chỗ nương náu. Không ai có thể bảo vệ bạn, ngay cả một vị Phật. Quy y Phật có nghĩa là nương tựa vào phẩm tánh của Phật: sự giác ngộ, Giáo pháp do ngài giảng dạy. Nương theo Giáo pháp, bạn có thể phát triển sự giác ngộ trong chính mình. Và sự giác ngộ bạn phát triển nơi tự thân chính là thiện nghiệp của bạn. Chỉ có nghiệp này cho bạn chỗ nương náu, chỉ có nghiệp này cho bạn sự bảo hộ.

Yaṃ kammaṃ karonti—kalyāṇam vā pāpakaṃ vā tassa— dāyādā bhāvanti: Vì vậy, bất kỳ hành động nào chúng sinh đã làm, dù thiện hay ác, cũng sẽ là di sản mà họ thừa kế.

Điều này hẳn phải trở nên rõ ràng đối với những ai đang hành trì Chánh pháp. Quy luật tự nhiên này phải trở nên hết sức rõ ràng. Và rồi bạn sẽ sẵn sàng nhận lãnh trách nhiệm đối với nghiệp của mình. Luôn tỉnh giác và trong mỗi phút giây luôn phòng hộ để mọi hành vi, việc làm hay ý nghĩ, đều hiền thiện. Bạn sẽ không hoàn hảo, nhưng cứ tiếp tục cố gắng. Bạn có thể vấp ngã, nhưng hãy xem bạn lại đứng dậy nhanh chóng như thế nào. Với quyết tâm mới, với cảm hứng mới, với dũng khí mới, hãy đứng dậy và cố gắng lần nữa. Đây là cách thức để bạn trở nên mạnh mẽ trong Chánh pháp.

—S.N. Goenka

Na santi puttā tāṇāya,
na pitā nāpi bandhavā;
antakenādhipannassa,
natthi ñātīsu tāṇatā.
Etamatthavasaṃ ñatvā,
paṇḍito sīlasaṃvuto
nibbānagamanaṃ maggaṃ,
khippameva visodhaye.

—Dhammapada 20.288-289

Con cái cũng như cha mẹ và quyến thuộc,
khi tử thần đến bắt, không ai cứu được ai.
Thấy rõ sự thật này,
bậc thức giả và biết tự chế,
nhanh chóng vượt con đường
thẳng đến bờ Giác ngộ.

—Kinh Pháp Cú, phẩm 20, kệ số.288-289

Một khi tử thần đến,
Không có con che chở,
Không cha, không bà con,
Không thân thích che chở.
Biết rõ ý nghĩa này,
Bậc trí lo trì giới,
Mau lẹ làm thanh tịnh,
Con đường đến Niết-Bàn.

Bản dịch của Hòa thượng Thích Minh Châu

Atītaṃ nānvāgameyya, nappaṭikaṅkhe anāgataṃ;
yadatītaṃ pahīnaṃ taṃ, appattañca anāgataṃ.
Paccuppannañca yo dhammaṃ, tattha tattha vipassati;
asaṃhīraṃ asaṃkuppaṃ, taṃ vidvāmanubrūhaye.

Ajjeva kiccamātappaṃ ko jaññā maraṇaṃ suve;
Na hi no saṅgaraṃ tena mahāsenena maccunā.
Evaṃ vihāriṃ ātāpiṃ, ahorattamatanditaṃ;
taṃ ve bhaddekaratto'ti
santo ācikkhate muni.

— Bhaddekarattasuttaṃ, Majjhimanikāya,
Uparipaṇṇāsapāḷi, Vibhaṅgavaggo

Các vị đừng bám víu quá khứ,
cũng đừng ngóng trông những gì chưa tới.
Quá khứ đã bỏ lại sau lưng, tương lai không nắm bắt được.
Nhưng trong khoảnh khắc hiện tại, người có trí quán sát với tuệ giác mỗi một hiện tượng, không dời đổi, không dao động. Những bậc trí hãy hành trì như thế.
Ngày hôm nay, hãy tinh tấn tu tập,
Ngày mai cái chết có thể đến, ai biết được?
Chúng ta không thể xin trì hoãn với thần chết và đội binh dũng mãnh của ông ta.
Vì thế hãy hành trì tinh tấn, ngày đêm không mệt mỏi;
đối với bậc tu hành như thế, ngay cả một đêm cũng đến gần được đạo quả,
bậc Thánh Tịch tịnh đã nói như vậy.

— Kinh Nhất dạ hiền giả - Trung Bộ Kinh,
Phẩm Phân biệt, Tập 3 (50 kinh cuối cùng)

Quá khứ không truy tìm
Tương lai không ước vọng.
Quá khứ đã đoạn tận,
Tương lai lại chưa đến,
Chỉ có pháp hiện tại,
Tuệ quán chính ở đây.
Không động, không rung chuyển.
Biết vậy, nên tu tập,
Hôm nay nhiệt tâm làm,
Ai biết chết ngày mai?
Không ai điều đình được,
Với đại quân thần chết.
Trú như vậy nhiệt tâm,
Đêm ngày không mệt mỏi,
Xứng gọi Nhứt Dạ Hiền,
Bậc an tịnh, trầm lặng.

Bản dịch của Hòa thượng Thích Minh Châu

Rodney Bernier
(1944 - 2009)

Một cái chết hoan hỷ

Rodney Bernier sinh năm 1944 tại miền Đông Canada. Mối quan hệ giữa cha mẹ ông đã gãy đổ khi ông còn là một đứa trẻ, và cuối cùng ông được đưa vào nuôi trong một cô nhi viện ở Anh, đói khát và thường xuyên bị bắt nạt. Thất học và không có kỹ năng gì, ông rời khỏi cô nhi viện khi chỉ là một thiếu niên và tìm việc làm lao động tay chân. Ông đã chiến đấu chống lại cơn nghiện và cuối cùng vượt qua được. Với những năm đầu đời gian khó, Rodney vẫn giữ được tính cách vui vẻ, đùa nghịch, khả năng khôi hài tinh tế, và lòng nhân hậu bẩm sinh, quả là đặc biệt khác thường.

Ông đến Ấn Độ năm 1973 và ghi danh học khóa thiền Vipassana 10 ngày với thầy Goenkaji ở Bombay. Khóa học đầu tiên đó gây ấn tượng mạnh và ông lập tức ghi danh học thêm hai khóa nữa. Vào cuối khóa tu thứ hai, chỉ vào độ tuổi 29,[1] ông đã tự nguyện sẽ thực hành Vipassana trong suốt quãng đời còn lại của mình. Thiền tập và Phật pháp trở thành nền tảng của đời ông. Một khía cạnh của sự tu tập đặc biệt được ông kết hợp sâu sắc là tâm từ (mettā).

Sau cùng, Rodney định cư ở British Columbia, Canada, nơi ông trở thành một người trồng cây thần kỳ, đã trồng hơn một triệu cây trong 25 năm. Vào tuổi trung niên, ông quyết định quay lại trường để học đọc và học viết. Trong suốt thời gian này, ông tham dự và phục vụ nhiều khóa thiền Vipassana, bao gồm cả những khóa tu 30 và 45 ngày. Ông giúp đỡ cộng đồng tu thiền địa phương ở Vancouver bằng cách tổ chức nhóm thiền hằng tuần tại nhà ông, và cuối cùng trở thành nhóm thiền hằng ngày lúc 5 giờ chiều, kéo dài gần ba thập kỷ.

Vào tháng Năm năm 2009, Rodney được chẩn đoán mắc bệnh ung thư gan di căn. Ông vẫn ở nhà, nhưng đến khoảng tháng Bảy thì

---

[1] Nguyên tác ghi là 28 tuổi, có lẽ bị nhầm, vì như trên vừa nói ông sinh năm 1944, năm 1973 tham gia khóa thiền đầu tiên. Vậy khóa thứ hai này dù là trong cùng năm đó thì ông cũng đã 29 tuổi rồi.

những khối u lan đến tủy sống và ông không thể đi lại nữa. Ông được đưa vào nằm viện năm tuần lễ cuối đời.

Rodney nhận biết được lúc mình sắp chết. Từ giường bệnh, nhìn lên bức hình Goenkaji, ông chắp hai tay cung kính tỏ lòng biết ơn sâu sắc đối với vị ân sư của mình. Một người bạn ngồi cạnh hỏi ông có muốn giúp chắp tay lâu hơn chăng. Rodney ra dấu không; đó là lúc phải nhiếp tâm, sẵn sàng đón cái chết. Lúc 5 giờ chiều, ông và các bạn thiền sinh có buổi thiền chiều như thường lệ. Dù ông tỉnh táo suốt buổi thiền, nhưng khi vừa kết thúc thì ông rơi vào trạng thái hôn mê. Trong nhiều giờ tiếp theo, một số người bạn cùng ngồi thiền với ông trong khi một băng ghi âm bài kinh tụng của Goenkaji được mở thật nhỏ. Rodney qua đời vào buổi sáng sớm ngày 13 tháng 8 năm 2009. Một cảm giác sâu lắng của sự thanh thản và tĩnh lặng bao trùm tất cả những ai đang hiện diện.

Trong suốt những tuần cuối đời của ông, một số thiền sinh tự hỏi liệu thái độ tưởng chừng như phi thường của Rodney hướng về cái chết phải chăng chỉ là chiếc mặt nạ can đảm giả tạo, che đậy nỗi khiếp sợ sâu thẳm bên trong? Tuy nhiên, ông vẫn tiếp tục tỏa sáng niềm vui và thái độ chấp nhận cho đến cuối đời.

Một người bạn nhận xét rằng, Rodney có rất ít tài sản vật chất, không gì bảo đảm an toàn tài chánh, là người nghèo nhất trong các bạn - nhưng dường như ông lại là người hạnh phúc nhất. Những ngày cuối đời và cái chết của ông khẳng định phương cách sống của ông: mãn nguyện và biết ơn về hoàn cảnh của mình và những gì đã có.

Những nhận xét hóm hỉnh này, trích ra từ buổi trả lời phỏng vấn với Evie Chauncey, đã cho thấy cái nhìn thực tế của Rodney về cuộc sống và cái chết.

Lúc này, tôi bị ung thư vào giai đoạn cuối đã được hơn một tháng rồi, và đó là một trong những giai đoạn tốt nhất của cuộc đời tôi, những khoảnh khắc tốt nhất của cuộc đời tôi. Bạn biết không, là một thiền sinh, bạn sẽ tự hỏi chết là như thế nào. Bạn tự nhủ, "Tôi không sợ chết." Tuy nhiên, thật ra nếu có ai đó hỏi, bạn sẽ không thể thực sự biết được cho đến khi nào bạn đối mặt với nó. Nhưng khi họ nói rằng tôi bị ung thư, cũng giống như nói với tôi "Ồ, bạn muốn ăn kem không?" Không có chút phản ứng tiêu cực nào cả - không hề, không chút lo lắng, không chút sợ hãi, không chút buồn phiền. Thực ra, một nụ cười đã nở trên gương mặt tôi. Một khi họ nói bạn đang ở giai đoạn cuối, đó là lúc bạn bắt đầu cuộc hành trình mới.

Khoảng năm tuần trước, lần đầu tiên tôi biết đó không chỉ là một khối u thường, mà là khối u ác tính, đúng không? Trước đó, tôi thật sự không biết nó tồi tệ như thế nào. Tôi đang nằm trong hành lang bệnh viện và suy nghĩ: "Tôi vẫn chưa biết chắc mình có đang ở giai đoạn cuối hay không." Và tôi tiếp tục nghĩ: "Đã bao nhiêu lần trong những kiếp trước tôi đã nằm chờ chết ở một nơi nào đó?" Điều đó khiến tôi rộng mở một nụ cười. Tôi nhìn chung quanh thấy nhiều người đang nằm trên cáng, và cảm thấy hết sức thương họ. Tôi không muốn họ thấy tôi đang cười vì sợ làm họ bối rối. Tôi chỉ cảm thấy muốn cười lớn: "Ồ, đây là một kiếp sống nữa."

Tôi ra khỏi bệnh viện và vài ngày sau đó cùng với con gái và người bạn Jerry đến gặp một bác sĩ chuyên khoa đường ruột. Tôi bước vào, chúng tôi bắt tay nhau, nhưng ông ấy dường như hơi lo lắng. Ông bắt đầu bằng một tin báo: "Quá muộn rồi, quá muộn rồi." "Muộn à?" tôi hỏi lại, "Quá muộn cho việc gì?" Ông ta nói: "Quá muộn rồi. Thậm chí tôi không thể làm hóa trị cho ông được. Bệnh ung thư của ông đã di căn khắp nơi."

"Không sao đâu," tôi trả lời, "vậy có lẽ tôi nên mua một đôi giày mới để mang mà đi vào kiếp sau." Vị bác sĩ đứng nhìn tôi chằm chặp, không hiểu nổi. Tôi lặp lại: "Thực sự không sao đâu mà." Và tôi chợt nhận ra, ồ lạ, tôi không hề có chút phản ứng nào cả. Thật ra, chỉ có một điều làm tôi đâm lo chính là vị bác sĩ này đang phát hoảng. Ông ta nói: "Anh thật cứng cỏi đấy." "Tôi? Cứng cỏi à? Tôi cứng cỏi về điều gì vậy?" Sau khi chúng tôi rời phòng khám, Jerry nói rằng anh đang cố hình dung xem tôi như thế nào - Vì sao Rodney không phản ứng? Kiếp sau ư?

- bởi vì mọi người thông thường đều phản ứng. Nhưng thật sự tôi đã không sợ hãi, không bối rối, không buồn phiền.

Những tuần cuối cùng, tôi nhận được toàn những ôm hôn. Mọi người đến và nói: "Rodney, bạn thật tuyệt vời." Bây giờ tôi hiểu từ "tuyệt vời" nghĩa là gì rồi: đó là Rodney. (Ông cười to) Tôi đang rất cẩn thận về điều này, để chắc rằng mình không tự đề cao một bản ngã to lớn, vì bạn thực sự đâu muốn kết thúc hành trình cuối cùng của bạn bằng việc đề cao bản ngã.[1] (Cười to lần nữa) Một bất tịnh khác nữa, đúng không?

Giờ đây tôi hầu như hài lòng với mọi sự. Tôi trở nên bao dung hơn với những người tôi có thể gặp khó khăn. Nếu tôi đang nói chuyện với ai và cảm thấy người ấy đang bối rối, lo lắng hay có chuyện gì đó, tôi liền thay đổi đề tài. Người ấy thậm chí không nhận ra. Bạn biết đó, tôi không có thời gian để giận dữ.

Có quá nhiều từ tâm (mettā) ở mọi người - những ngôn ngữ cử chỉ, ánh mắt nhìn vào mắt tôi, cách họ nói chuyện với tôi, cách họ chạm vào tôi - tất cả những gì họ làm đều cho tôi thấy thật khác với trước đây. Họ cư xử thật nhẹ nhàng, tinh tế hơn xưa nhiều. Người ta gởi thư và gọi điện thoại thăm - tôi có thể cảm nhận được tâm từ (mettā) trong không gian.

Đôi khi tôi ngồi thật yên và có thể cảm thấy toàn thân đang hao mòn, đau đớn trở nên êm ả và tâm tôi cũng trở nên tĩnh lặng hơn. Đôi khi cái đau cũng có thể trở nên dữ dội, nhưng đau vẫn chỉ là đau - tất cả phụ thuộc vào tâm thái của bạn trong lúc đó. Bạn có thể đau một chút, rồi cơn đau đó dường như trở nên rất mãnh liệt, nhất là khi có nhiều tiêu cực chung quanh. Hoặc bạn có thể rất đau đớn, nhưng nhờ những rung động tích cực quá mạnh mẽ nên bạn không thấy đau.

---

[1] Trong Anh ngữ, tác giả sử dụng kiểu chơi chữ khôi hài vì thành ngữ "an ego trip" có nghĩa là một hành vi, lời nói nhằm tự đề cao chính mình, đề cao bản ngã của mình. Và trong câu "you really don't want your final journey to be an ego trip" thì journey và trip đều có nghĩa là một chuyến đi, một cuộc hành trình.

Dù tôi không cảm thấy bệnh, nhưng lại có cảm giác cơ thể như vỡ vụn ra. Tuy nhiên, tâm thức tôi thì không như thế. Tôi cảm thấy những rung động trong bệnh viện thật sự trở nên mạnh hơn, đặc biệt khi nhiều người đến thăm và ngồi thiền lâu với tôi. Có nhiều khi, như khoảng 11 giờ đêm, tôi chỉ ngồi yên mà toàn bộ sự hiện hữu của tôi trở nên yên tĩnh. Không đau đớn. Không khổ não. Tâm tôi tĩnh lặng. Thân thể tôi yên bình. Mọi thứ hoàn toàn tịch lặng. Ồ! Mọi người đang gởi tâm từ *(mettā)* đến cho tôi. Tôi trở nên hòa nhịp với sự tịch tĩnh này từ khi tôi bị bệnh. Lòng từ *(mettā)* đã có hiệu quả!

Lúc tôi còn làm việc trồng cây, hay bất cứ ở nơi đâu, hễ thấy những con chim, thú , chó, hay thậm chí một con ruồi trong nhà vệ sinh rồi tôi xua tay đuổi nó ra, tôi luôn cầu nguyện cho chúng được an lành và sẽ được tái sinh kiếp sau tốt đẹp hơn: "Trông con như thế này thật tội nghiệp. Nguyện cho phần đời còn lại của con được hạnh phúc, và kiếp sau sẽ tốt hơn. Nguyện cho con được bình an và hạnh phúc."

Con trai tôi hỏi: "Ba à, ba cảm thấy tinh thần như thế nào?" - cháu không hỏi "thể chất ba như thế nào", mà là "tinh thần ba thế nào". Điều đó thật tuyệt. Con tôi đã ở đây khi các bạn đạo đến thăm và trò chuyện. Phải mất một thời gian, nhưng bây giờ cháu đã hiểu ra được, chính trạng thái tinh thần mới thực sự là quan trọng nhất.

Con tôi đã trân trọng thời gian chúng tôi còn bên nhau, thay vì u sầu vì một người sắp ra đi. Cháu bảo tôi: "Ba à, ba biết không, có thể trong nhiều năm sau nữa, con sẽ lâm vào một tình trạng nào đó và con sẽ nghĩ rằng: "Bây giờ, nếu là ba thì sẽ làm gì để giải quyết chuyện này nhỉ?" Do đó, với tôi điều đó thật quý. Bây giờ con tôi có thể hiểu được rằng thực hành Vipassana là điều tối quan trọng.

Một lần con tôi dò hỏi: "Ba à, nếu có người nào đó giết con thì ba có giết người ấy không?" Tôi trả lời: "Không, con à, nếu con chết trong tình huống đó thì cũng đành chịu thôi. Ba đã cam kết không hủy diệt sự sống. Ba có thể làm tất cả mọi thứ trong khả năng mình để bảo vệ con, nhưng ba không thể làm việc sai trái như giết người, trộm cắp, hay nói dối, hay bất kỳ việc gì vi phạm giới luật ba đang thực hành theo Giáo pháp, vì điều đó thậm chí còn tệ hại hơn cả việc con bị giết. Giả sử con bị giết, đó chỉ là một kiếp sống [trong nhiều kiếp sống], và ba sẽ không làm điều sai trái để chịu sa đọa.

Đọc những điều Sayagyi U Ba Khin viết về cái chết - thật là được sách tấn. Ta được khuyến khích bởi những gì Thầy nói về tầm quan trọng của việc giữ giới (sīla) và hiến tặng (dāna), những điều có thể giúp ta tái sinh lên cõi trời. Trên hết, bạn phải thực tập thiền và giữ được sự bình tâm, và làm được vậy giống như bạn đang ngồi trên một chiếc xe đưa bạn đi về phía trước, với tốc độ cao. Bạn đang lái chiếc xe ấy đi xuyên qua tất cả những pháp hành, và tất cả những từ tâm (mettā) này không ngớt tràn ngập đến với bạn. Bạn thực sự có được nụ cười rạng rỡ trên môi.

Trong quá khứ, tôi nhớ đã từng nói với mọi người: "Tôi không sợ chết". Tuy nhiên lúc đó tôi chưa thực sự biết gì cả. Ta không thể thực sự biết cái chết sẽ xảy ra như thế nào. Bây giờ, khi nhìn cái chết đang đến, tôi thấy như: "Ồ, điều này là giống như mình đã hình dung." Tôi không chắc lắm, nhưng Dhamma sẽ cho bạn rất nhiều sức mạnh.

Các cô y tá nói rằng thời kỳ đầu của bệnh là giai đoạn khó khăn nhất. Dần dần về sau, khi cận kề cái chết, ta chấp nhận được. Tuy nhiên, tôi đã chấp nhận được ngay từ ban đầu. Tôi không hề thấy có sự thay đổi nào trong tâm trí tôi suốt thời gian bị bệnh. Tôi theo dõi tâm mình để chắc chắn, để xem có gì thay đổi không, nhưng không hề có thay đổi nào cả.

Vì thế, những gì đang xảy ra là tôi đang đối diện với cái chết. Tôi không hề có phản ứng tiêu cực nào, không một chút nào. Tôi có Chánh pháp bên mình; tôi cảm nhận được những rung động mạnh mẽ của Chánh pháp chung quanh tôi. Quả là tốt đẹp - thật sự tốt đẹp. Tôi đang mỉm cười trên suốt con đường đi đến cái chết.

Sukha dukha apane karma ke,
avicala vishva vidhāna.
Tū terā Yamarāja hai,
tū tāraka bhagavāna.

- Hindi doha, S. N. Goenka

Hạnh phúc và khổ đau là kết quả
của những hành nghiệp bạn tạo ra.
Đó là luật phổ quát bất biến.
Bạn là chủ nhân cái chết của chính mình.
Bạn là người cứu rỗi của chính mình.

-Thi kệ (doha) Hindi, S. N Goenka

Đừng lãng phí thời gian còn lại của quý vị . Đây là lúc quý vị phải nỗ lực với năng lượng và sự kiên định. Quý vị có thể biết chắc là mình sẽ chết, nhưng quý vị không thể biết mình còn sống được bao lâu.

- Venerable Webu Saydaw

Hỏi Đáp với Thầy Goenkaji – Phần II

Chuẩn bị cho cái chết của chính mình

Thiền sinh: *Chúng ta có thể rút ra bài học gì từ cái chết của đức Phật và những môn đệ của Ngài?*

Goenkaji: Đức Phật mỉm cười khi qua đời, và dạy Chánh pháp - một bài học Vipassana cho tất cả chúng sanh.

Đức Phật là một bậc đạo sư. Ngài quyết tâm truyền bá Chánh pháp cho đến hơi thở cuối cùng - và người đã thực hiện được. Trước khi đức Phật nhập diệt, một người đã tìm đến xin gặp, nhưng bị vị thị giả kỳ cựu của Ngài là nanda ngăn cản và nói: "Không được, bây giờ không phải lúc để gặp đức Thế Tôn." Thoáng nghe được, đức Phật dạy rằng, "Đừng, nanda, hãy cho ông ấy vào. Đưa ông ấy vào đi." Hạnh nguyện và lòng từ bi của Đức Phật thật cao cả đến mức Ngài không quan tâm nỗi đau của chính mình trước giờ nhập diệt. Ngài hiểu rằng phải truyền trao Chánh pháp cho người này, nếu không ông ta sẽ không còn cơ hội. Từ tâm là một phẩm chất quan trọng cần được phát triển với những ai muốn truyền đạt chân lý.

Thiền sinh: *Con muốn biết ta nên tập trung tâm ý vào nơi nào trên cơ thể vài giờ trước khi mất, và rồi tại đâu, ngay lúc hấp hối?*

Goenkaji: Quý vị nên ý thức rõ những cảm giác và tính vô thường (anicca) trong mọi lúc. Qua việc hành thiền Vipassana, quý vị học được nghệ thuật sống và nghệ thuật chết. Nếu quý vị là người thực tập Vipassana thường xuyên thì vào lúc lâm chung quý vị tự động trở nên ý thức trọn vẹn về những cảm giác và tính vô thường, và ra đi rất bình an. Quý vị không thể ra đi trong vô thức, khóc lóc hay sợ hãi. Quý vị ra đi mỉm cười, luôn quán sát những cảm giác. Nhờ vậy, không chỉ cuộc đời hiện tại được an ổn, mà đời sau cũng được an lành nữa.

Thiền sinh: Có người khuyên rằng, trước khi mất, ta nên hồi tưởng lại những việc làm tốt của mình, những công đức mà ta đã tích lũy, như hiến tặng (dāna) và giữ giới (sīla). Vì ta vẫn còn cách xa Niết-bàn (nibbāna), nên có lẽ việc đó giúp ta tái sinh về cảnh giới của chư thiên (devā loka). Ta có nên cố gắng để sinh về cảnh giới chư thiên hay không?

Goenkaji: Đối với những ai chưa từng thực hành Vipassana, chưa từng trải nghiệm về vô thường, đây là việc thích đáng cần làm - nhớ lại những việc làm tốt của mình, những điều sẽ dẫn dắt họ lên cảnh giới hay cõi hiện hữu cao hơn. Nhưng nếu quý vị đang thực hành Vipassana và vô thường, thì quý vị cần thực chứng vô thường, và quý vị cũng sẽ tái sinh về cõi trời nếu quý vị chưa sẵn sàng để thể nhập Niết bàn (nibb   na). Có thể phải trải qua nhiều thời gian trước khi quý vị đạt đến Niết-bàn, do đó quý vị sẽ tái sinh về một cõi trời, nơi quý vị có thể tiếp tục tự tu tập, không cần thầy hướng dẫn. Vì quý vị chết với tâm quán sát vô thường, nên quý vị cũng sẽ tái sinh với tâm quán sát vô thường, và quý vị sẽ tiếp tục thực hành Vipassana.

Nhiều người đến đây tham dự khóa tu nói rằng: "Khi còn bé, tôi đã nhận biết được những cảm giác này; nhưng khi ấy tôi không biết đó là gì." Điều này xảy ra vì chính người ấy đã từng hành thiền trong quá khứ. Quả thực, sự hành thiền sẽ tiếp tục đi cùng với quý vị từ đời này sang đời khác.

Thiền sinh: Nếu những tư tưởng tiêu cực phát sinh khi ta đang hành thiền với tâm an nhiên, và cái chết xảy ra vào đúng thời khắc ấy thì chúng ta sẽ đi vào cảnh giới nào?

Goenkaji: Ngay cả khi đang có những tư tưởng tiêu cực phát sinh, tại thời điểm cận tử, lập tức những cảm giác cũng tự động phát khởi, và nếu quý vị đang hành thiền Vipassana, quý vị sẽ quan sát chúng. Là một thiền sinh, sau khi mất, quý vị sẽ không đi vào những cảnh giới thấp, vì ở đó quý vị không thể thực hành Vipassana với sự tỉnh giác về vô thường.

Quý vị không cần phải lo lắng. Chỉ khi nào quý vị ngừng thực tập Vipassana thì lúc đó mới cần phải lo. Nếu quý vị cứ tiếp tục thực hành thiền đều đặn mỗi buổi sáng và tối, thì vào thời điểm cận tử, những cảm giác sẽ tự động nảy sinh - chẳng có gì để nghi ngờ về điều đó cả. Không thiền sinh nào thực hành Vipassana lại phải sợ hãi cái chết - vì đó là lúc mà quý vị sẽ được thăng tiến! Nếu quý vị thực hành Vipassana, cái chết chắc chắn sẽ đến một cách tích cực.

Thiền sinh: Làm thế nào chúng ta biết được là có tiền kiếp, hoặc sẽ tái sinh sau khi chết, khi không có kinh nghiệm bản thân [về những điều này]?

Goenkaji: Vipassana mang đến lợi lạc cho quý vị mà không cần thiết phải tin rằng có kiếp trước hay kiếp sau. Chắc chắn là quý vị phải tin có kiếp sống hiện tại này. Rất nhiều người tham gia các khóa tu không tin có kiếp trước, kiếp sau - cũng chẳng sao cả. Chỉ có khoảnh khắc hiện tại này là hoàn toàn quan trọng: trong từng khoảnh khắc quý vị đang chết, trong từng khoảnh khắc quý vị đang tái sinh. Hãy quan sát điều ấy, thể nghiệm điều ấy, hiểu rõ điều ấy. Và thấu hiểu rằng khi quý vị phản ứng với dòng chuyển biến này, quý vị đang tự làm hại mình. Khi quý vị ngừng phản ứng, hiện thực trở nên ngày càng tốt hơn. Nếu có kiếp sau, chắc chắn quý vị cũng sẽ được lợi lạc ở đó. Còn nếu không có kiếp sau, thì tại sao phải lo lắng? Quý vị đã tận lực hoàn thiện cuộc sống hiện tại của mình. Tương lai chẳng phải gì khác hơn là kết quả của hiện tại. Nếu đời này tốt đẹp, thì đời sau cũng sẽ tốt đẹp.

Sabbadānaṃ dhammadānaṃ jināti;
sabbarasaṃ dhammaraso jināti;
sabbaratiṃ dhammarati jināti;
taṇhakkhayo sabbadukkhaṃ jināti.

- Dhammapada 24.354

Tặng phẩm của Chánh pháp
cao quý hơn tất cả mọi tặng phẩm khác;
Hương vị của Chánh pháp
vượt xa tất cả những hương vị khác;
Hỷ lạc của Chánh pháp
vượt thắng tất cả mọi dục lạc khác;
Sự tận diệt ham muốn
chiến thắng mọi đau khổ.

-Kinh Pháp Cú, Phẩm 24, Kệ số 354

Pháp thí, thắng mọi thí!
Pháp vị, thắng mọi vị!
Pháp hỷ, thắng mọi hỷ!
Ái diệt, dứt mọi khổ!

Bản dịch của Hòa thượng Thích Minh Châu

Thước đo của sự tiến bộ trên hành trình tu tập Vipassana không phải ở loại cảm giác mà chúng ta thể nghiệm. Thước đo đó là mức độ thành công trong sự thuần thục tỉnh giác và bình tâm trước mọi cảm giác. Nếu một thiền sinh luôn ý thức được bản chất này của phương pháp, người ấy sẽ không có nguy cơ lạc lối trong sự thực tập, và chắc chắn sẽ tiếp tục tiến bộ đạt đến mục tiêu.

- S. N. Goenka

Nguyện cho tôi luôn nhẹ nhàng và thanh thản, điểm tĩnh và an bình.
Nguyện cho tôi phát triển tâm quân bình.
Nguyện cho tôi quán sát với sự bình tâm hoàn toàn bất kỳ cảm giác nào khởi sinh trên cơ thể.

- S. N. Goenka

Ratilal Mehta
(1901 - 1987)

Sống và chết trong Chánh Pháp

Câu chuyện này được đăng trên Bản tin Vipassana (Vipassana Newsletter) số tháng 9 năm 1988.

Trung tâm Thiền Vipassana Quốc tế Dhamma Khetta, gần Hyderabad, là trung tâm thiền đầu tiên ở Ấn Độ. Ngài Goenkaji khánh thành trung tâm này vào tháng 9 năm 1976 bằng cách trồng một cây Bồ-đề con lấy từ cây Bồ-đề thiêng ở Bồ-đề Đạo tràng (Bodh Gaya), cũng như bằng cách hướng dẫn khóa thiền thứ 124 của ngài tại đây, với sự tham dự của 122 thiền sinh.

Từ giai đoạn khởi xướng cho đến nhiều năm về sau, động lực hỗ trợ phía sau của trung tâm là ông Ratilal Mehta, một doanh nhân rất thành công, đồng thời cũng là tín đồ thuần thành của cộng đồng đạo Jain. Cái chết bất ngờ của vợ ông trong một tai nạn khiến ông phải đối diện với thực tại khổ đau, và như bao người đi trước, ông bắt đầu tìm kiếm một phương thức để vượt qua nỗi thống khổ của mình.

Một bài viết về trung tâm Dhamma Khetta trên tạp chí Vipassana Journal kể lại việc ông Mehta, người đã nhiệt tình tìm kiếm trong nhiều truyền thống tôn giáo, lại vô tình nghe được câu chuyện giữa một tăng sĩ đạo Jain và vị giáo sư đạo Jain. Cả hai đang thảo luận về nhiều loại thiền khác nhau, và nhận xét về những trải nghiệm độc đáo của những thiền sinh từng tham gia các khóa thiền Vipassana. Cuộc nói chuyện đó đã gợi hứng thú cho Mehta tham dự khóa thiền kế tiếp do Goenkaji hướng dẫn.

Khi thực hành Vipassana, Mehta đã tìm được điều ông đang tìm kiếm. Với bản chất nhiệt thành, Mehta say mê việc thiền tập, tham dự thêm sáu khóa thiền nữa, hết khóa này đến khóa khác. Nhưng không chỉ có thế, ông còn nhiệt tình giúp đỡ người khác tìm đến với Chánh pháp, điều đã mang lại quá nhiều lợi lạc cho ông. Ông tổ chức các khóa thiền tại nhà riêng của mình, dùng uy tín cá nhân để vận động mọi người học thiền Vipassana, trong đó có tất cả các thành viên của gia đình ông.

Mảnh đất nơi trung tâm Dhamma Khetta được tạo dựng như ngày nay là do gia đình Mehta hiến tặng và đích thân ông đứng ra giám sát hầu hết công việc xây dựng. Dù căn nhà tiện nghi của ông ở gần đó, ông vẫn khăng khăng xin ở lại Trung tâm trong nhiều ngày, thực hành cuộc sống càng giản dị càng tốt, cống hiến trọn thời gian cho việc hành thiền và phục vụ người khác.

Dù vậy, sự sùng kính Chánh pháp không làm giảm đi lòng tôn kính của Mehta đối với tôn giáo ông đã được nuôi dạy từ nhỏ. Ông vẫn tiếp tục hoàn thành nghĩa vụ của một tín đồ Jain ngoan đạo, kính trọng và phục vụ các vị tăng ni của tôn giáo mình. Ông thực hiện được điều này nhờ nhận ra được cốt tủy của đạo Jain là khắc phục lòng tham lam, sân hận và si mê, mà Vipassana là phương pháp để đạt đến mục tiêu ấy. Ông đã thấu hiểu bản chất phổ quát của Chánh pháp thuần khiết, siêu việt tất cả những khác biệt của các giáo phái hay triết thuyết.

Những năm tuổi già, sức khỏe ông Mehta suy sụp vì bệnh ung thư lan truyền khắp cơ thể, gây ra những đau đớn vô cùng. Vào độ tuổi tám mươi, ông phải trải qua một cuộc phẫu thuật nghiêm trọng. Cuộc giải phẫu khiến ông trì trệ về thể chất nhưng không thể ngăn cản sự khao khát thực hành và chia sẻ Chánh pháp của ông. Bất chấp những đau đớn và suy sụp về thể chất, ông vẫn tiếp tục đích thân giám sát công trình xây dựng ở Dhamma Khetta. Vẫn còn chưa kịp hồi phục sức khỏe sau cuộc giải phẫu, ông đã tham gia một khóa tu dài hạn ở Dhamma Giri, mong muốn sử dụng bất kỳ khoảng thời gian nào còn lại của mình theo cách tốt nhất.

***

Đã một năm trôi qua kể từ khi Mehta qua đời. Cái chết của ông là một sự kiện đáng chú ý và gợi nhiều cảm hứng. Ông biết trước mình sắp ra đi và dù phải chịu đựng nhiều đau đớn, ông không hề than van. Ông muốn được ngồi thiền khi cái chết gần kề. Thân nhân trong gia đình và bạn hữu của ông đều có mặt lúc đó. Ông yêu cầu được tắm rửa. Sau khi được đưa trở lại giường, Mehta nhờ giúp ông ngồi dậy trong tư thế thiền và xoay về hướng đông. Mọi người có mặt trong phòng đều ngồi thiền với băng ghi âm tiếng tụng niệm của thầy Goenka được phát ra. Băng tụng chấm dứt với câu chúc lành *bhāvatu sabba maṅgalaṃ* và lời đáp lại *sādhu, sādhu, sādhu.* Toàn thân ông Mehta vẫn ngồi thật ngay thẳng. Vị bác sĩ xem mạch của ông và thông báo: "Ông ấy đã đi rồi." Điều này làm mọi người ngạc nhiên vì đầu ông vẫn không gục xuống, cũng như thân mình không hề ngã quỵ.

Tin ông Mehta qua đời đến với thầy Goenkaji khi thầy đang ở California trong một ngày giữa những khóa tu. Như thường lệ, những thiền sinh phục vụ tham gia buổi sáng thiền chung, cùng với sự hiện diện của Goenkaji và Mataji. Vào cuối buổi thiền, Goenkaji thông báo với các thiền sinh: "Thầy vừa được một tin thật tuyệt vời." Thật hiếm khi nghe Goenkaji đưa ra một thông báo như vậy, và các thiền sinh ngạc nhiên hơn nữa khi biết được cách ra đi kỳ diệu của Mehta.

Ở phương Tây, hiếm khi cái chết được nhìn một cách rất tích cực như thế. Hơn nữa, lại càng thật xúc động khi nghe về sự ra đi tuyệt diệu của một thiền sinh tận tụy. Vào thời điểm cận tử, bất chấp thân thể chịu nhiều đau đớn khó chịu, tâm trí ông Mehta vẫn tràn đầy sự tỉnh giác và bình tâm, khiêm cung và từ ái. Những ai hiện diện lúc ông mất, và cả những ai nghe kể chuyện lại sau này, đều cảm thấy rất may mắn được chia sẻ sự kiện đầy xúc cảm này.

Những người bạn thiền của Mehta luôn nhớ đến tính cách linh hoạt, quả quyết, đầy sinh lực và nhiệt tình của ông. Ngày nay, trung tâm Dhamma Khetta đã phát triển thành một cơ sở có sức chứa 350 thiền sinh, đứng vững như một đài tưởng niệm sự cống hiến tận tụy của ông, một cống hiến vẫn đang tiếp tục đơm hoa kết trái.

***

Bình tâm đối mặt bệnh nan y

Bài viết sau đây được đăng tải lần đầu tiên trên Bản tin Vipassana (Vipassana Newsletter) số tháng 9 năm 1990.

Khoảng 10 năm trước, vợ tôi, Parvathamma, được chẩn đoán mắc bệnh tế bào thần kinh vận động (motor neuron disease), một căn bệnh hiếm gặp, cho đến nay vẫn không có cách chữa trị. Cô ấy phải trải qua tình trạng các cơ bắp tay chân và cổ dần dần suy thoái, cần được trợ giúp ngay cả trong những hoạt động bình thường. Các phương thức trị liệu do các bác sĩ chuyên ngành khác nhau như điều trị đối chứng, điều trị vi lượng đồng căn, điều hòa theo tự nhiên (Ayurveda) và liệu pháp tự nhiên đều không mang lại kết quả gì. Cô ấy trở nên u sầu và thường xuyên than khóc.

Thật đau lòng, tuy nhiên mọi người trong gia đình cố chăm sóc không để cho cô ấy rơi vào tình huống khó chịu, hay có bất kỳ cảm giác bị bỏ rơi nào. Tất cả những cố gắng của chúng tôi nhằm động viên tinh thần vợ tôi mạnh mẽ hơn, nhưng mặc dù vậy, cô ấy thường suy sụp mỗi khi có bạn bè hay họ hàng đến thăm viếng.

Chính trong giai đoạn này, sau khoảng bốn năm sống trong bệnh tật, vợ tôi tham dự một khóa thiền Vipassana ở Jaipur dưới sự hướng dẫn của thầy Goenkaji. Chỉ mới ngày đầu khóa học, cô đã cảm thấy phải cố gắng ngoài sức mình, nhưng với những thiền sinh đầy yêu thương chung quanh, cô ấy đã mỉm cười chịu đựng được khó khăn.

Vào ngày thứ tư, ngày Vipassana, cô đã thay đổi thành một con người khác. Cô thể nghiệm được một luồng cảm giác vi tế xuyên suốt cơ thể. Cô rạng rỡ đầy niềm vui, và thậm chí cảm

115

nhận được thân thể mình đang phục hồi sức lực. Khóa tu dưỡng của cô đã tỏ ra là một nơi tạm trú 10 ngày lợi lạc nhất.

Trong suốt những tháng sau đó, cô thực hành thiền thường xuyên cho dù tình trạng cơ thể suy kém đi. Tiếc là do việc làm yêu cầu, tôi phải đi Ajmer, nhưng bất cứ khi nào quay trở về Jaipur, tôi đều ngồi thiền chung với vợ mình. Những băng giảng của Goenkaji và những cuộc thăm viếng của các thiền sinh địa phương đã thôi thúc và hỗ trợ cô.

Chỉ sau một khóa thiền Vipassana, tư chất cô bắt đầu thay đổi đáng kể. Niềm vui đã lan tỏa từ cô. Những người đến an ủi cô ra về trong bình an. Cô chẳng bao giờ than thở về bệnh, cũng chẳng than tiếc về cảnh ngộ khốn khổ của mình. Cô thường xuyên có những lời thăm hỏi đầy yêu thương nhân ái về sức khỏe của những vị khách đến thăm cùng gia đình của họ, cầu chúc họ hạnh phúc, an lạc.

Căn bệnh tiến triển thật nhanh. Cô cảm nhận được những cơ bắp suy nhược rất nhanh, góp phần làm giảm lượng đường và oxygen trong người cô. Mặc dù phải chịu đựng những đau đớn tột độ, cô vẫn cố kềm nén, giữ được hoàn toàn tâm trí tỉnh táo. Từ cổ trở xuống, thân người cô là những đống cơ, xương thảm thương teo tóp lại, nhưng gương mặt Parvathamma lại rạng rỡ với nụ cười tỏa sáng. Và cô cứ tiếp tục thiền.

Hai ngày trước khi ra đi, cô nồng nhiệt thỉnh cầu mọi người trong gia đình hãy tha lỗi cho cô về bất kỳ những lời lẽ khó nghe nào trong suốt thời gian họ chăm sóc cô, đồng thời bày tỏ những cảm xúc khi cảm thấy may mắn có được một gia đình nhân hậu và bao dung như vậy.

Căn bệnh giờ đây đã lan ra đến cơ tim và phổi, và cô không thể ngủ được nữa vì những cơn ho rũ rượi mỗi khi di chuyển thay đổi tư thế ngồi. Đêm tiếp đó, cô đã ngủ tương đối an lành trong xe lăn của mình. Cứ mỗi lần thức giấc, cô lại bảo những người ngồi bên cạnh cô hãy đi nghỉ ngơi, và hỏi thăm xem những người khác trong gia đình có ngủ được không.

Lúc 7:15 sáng, cô uống chút sữa, theo sau là một cơn ho, điều mà cô luôn khiếp sợ. Cảm thấy ngạt thở, cô nhờ tôi gọi bác sĩ. Ông ta đến trong vòng 15 phút, nhưng khi bác sĩ vừa đến ngưỡng cửa nhà, cô đã trút hơi thở cuối cùng sau một cơn ho nhẹ. Buổi sáng ngày 15 tháng 1 năm 1985, cô đã ra đi bình yên với tinh thần minh mẫn, với ánh mắt nhìn yêu thương dành cho mọi người chung quanh.

Chúng ta học từ Goenkaji rằng việc hành thiền của ta cũng là sự chuẩn bị cho cái chết. Trải nghiệm của gia đình chúng tôi là một minh chứng cho sự thật này. Giữ được sự bình tâm giữa những đau đớn tột cùng, vợ tôi đã luôn kiểm soát được năng lực tâm trí của mình từ đầu đến lúc ra đi. Cô ấy là một nguồn cảm hứng tuyệt vời cho tất cả mọi người, những thiền sinh chúng ta vì thế càng chuyên tâm thực hành Dhamma nghiêm túc hơn. Nỗ lực quyết tâm và thường xuyên thực hành đã giúp chúng tôi giảm nhẹ được cú sốc đau buồn vì mất mát một người thương yêu như cô ấy. Chúng tôi vẫn thường xuyên gởi đến cô ấy tâm từ (*mettā*) với những lời nguyện cầu cho cô được thoát khỏi mọi đau khổ.

- Ông S. Adaviappa

Pralayaṅkārī bādha meṅ,
tū hī terā dvīpa.
andhakāramaya rāta meṅ,
tū hī terā dīpa.

—Hindi doha, S.N. Goenka

Giữa cơn hồng thủy kinh hoàng,
Tự mình là đảo an toàn trú thân.
Giữa màn đêm tối vô song,
Tự mình là ngọn đèn chong soi đường.

—Thi kệ (doha) Hindi, S. N. Goenka

Dòng nước mắt[1]

"Này các tỳ-kheo, khởi điểm của sự sống này là từ vô thủy. Chúng ta không thể biết được thời điểm bắt đầu của dòng luân hồi này, của sự sống này, khi chúng sinh chìm đắm trong vô minh, trói chặt với tham ái.

Và như vậy, các ông nghĩ sao? Những dòng nước mắt mà các ông đã than khóc giữa cuộc luân hồi bất tận này khi phải sống chung với người mình không ưa thích, phải ly biệt với người mình yêu thương... có nhiều hơn chăng khi đem so với nước trong bốn biển lớn?"

"Bạch Thế Tôn! Như chúng con đã được Thế Tôn dạy bảo, dòng nước mắt mà chúng con đã than khóc giữa cuộc luân hồi bất tận này khi phải sống chung với người mình không ưa thích, phải ly biệt với người mình yêu thương... là nhiều hơn nước trong bốn biển lớn."

"Nói đúng lắm, đúng lắm, hỡi các tỳ-kheo! Các ông đã hiểu đúng giáo pháp do ta giảng dạy. Quả thật là nước mắt nhiều hơn...

"Này các tỳ-kheo, trong rất nhiều ngày tháng dài đã qua, các ông từng trải qua những lần mẹ chết, con trai chết, con gái chết..., các ông từng trải qua sự mất mát bà con quyến thuộc, tiêu tán tài sản, bệnh tật khổ sở... Dòng nước mắt của các ông khi

---

[1] Ghi chú của người Việt dịch: Bản dịch này được dịch từ bản Anh ngữ nhưng có tham khảo bản Việt dịch của Hòa thượng Thích Minh Châu trong Tương Ưng Bộ Kinh (Chương 4: Tương ưng vô thủy, Phẩm thứ nhất, Phần 3: Nước Mắt), dịch từ nguyên bản Pāli, và bản Việt dịch của Hòa thượng Thích Tuệ Sỹ trong Tạp A Hàm Kinh, Quyển 33, Kinh 938: Lệ kinh), dịch từ bản Hán văn tương đương trong Đại Chánh Tạng, Tập 2, kinh số 99.

than khóc trong từng trường hợp cũng như trong tất cả những trường hợp kể trên, khi các ông trải qua các kiếp sống, khi luân hồi qua thời gian đằng đẵng, phải sống chung với người mình không ưa thích, phải ly biệt với người mình yêu thương... nước mắt ấy nhiều hơn nước trong bốn biển lớn.

"Vì sao vậy? Vì khởi điểm của sự sống này là từ vô thủy, hỡi các tỳ kheo. Chúng ta không thể biết được thời điểm bắt đầu của dòng luân hồi này, của sự sống này, khi chúng sinh chìm đắm trong vô minh, trói chặt với tham ái.

"Này các tỳ-kheo, như vậy là quá đủ để các ông thấy nhàm chán mọi thứ trong thế giới này, quá đủ để buông xả mọi sự tham muốn, quá đủ để vượt thoát tất cả."

Kinh Nước mắt - Tương Ưng Bộ Kinh, 2. 126

Dịch sang Anh ngữ: C.A.F. Rhys Davids

Cái chết của con cái

Khi cái chết cướp đi một đứa con của chúng ta, bất kể đứa con ấy bao nhiêu tuổi, điều đó luôn là một nỗi đau không sao nói hết. Nỗi đau này quá lớn đến nỗi trong nhiều trường hợp, các bậc cha mẹ không thể tiếp tục là nguồn sức mạnh nâng đỡ cho nhau và cuộc sống hôn nhân suy sụp hoàn toàn.

Đau khổ là một tâm hành khắc sâu và khó chịu, nhưng hành thiền có thể giúp ta đối phó với sức mạnh của nó. Thông qua thực hành thiền hằng ngày, sự hiểu biết về vô thường cũng như sự phát triển mức độ bình tâm của ta đối trước sự vô thường sẽ trở thành nơi an trú, một nơi an trú giúp ta lấy lại sự quân bình và sức mạnh để tiếp tục sống. Sự thực hành của chúng ta có năng lực chữa lành những cảm xúc và làm quân bình tâm trí. Trên con đường bình tâm chấp nhận [vô thường] có sự giải thoát rốt ráo khỏi khổ đau.

Attanā hi kataṃ pāpaṃ,
attanā saṃkilissati;
Attanā akataṃ pāpaṃ,
attanāva visujjhati.
Suddhī asuddhi paccattaṃ,
nāñño aññaṃ visodhaye.

—Dhammapada 12.165

Tự mình làm điều ác
Tự mình làm nhiễm ô,
Tự mình không làm ác,
Tự mình làm thanh tịnh.
Tịnh, không tịnh tự mình,
Không ai thanh tịnh ai!

—Kinh Pháp Cú, Phẩm 12, kệ số 165
Bản Việt dịch của Hòa thượng Thích Minh Châu

Quà tặng vô giá

Sau cái chết đột ngột của đứa con trai, một người mẹ viết thư cho thầy Goenkaji bày tỏ lòng biết ơn về món quà tặng Dhamma vô giá.

Con muốn kể với thầy về một sự kỳ diệu của pháp thực hành [thiền] này mà con có được ngay trong biến cố thảm khốc nhất của cuộc đời con.

Con là một phụ nữ góa chồng có hai đứa con. Một buổi tối Chủ nhật, con nhận được điện thoại báo tin con trai con đã chết trong một tai nạn xe hơi. Nó vừa được 30 tuổi. Thằng bé cũng là người bạn thân thiết nhất của con. Nó có sự gắn kết hoàn hảo với Giáo pháp, với nghệ thuật cũng như mọi lãnh vực trong đời sống.

Con gái con đến thăm đúng lúc con vừa nhận được hung tin và cả hai chúng con đều như tê liệt hoàn toàn. Ngay lúc đó, những ý nghĩ đầu tiên là: "Thôi hết rồi! Đây là một sự vô thường quá khốc liệt và mình không thể làm gì được cả!"

Cú sốc ban đầu của hung tin khiến cho tâm thức phản ứng bằng sự đau đớn khủng khiếp. Điều này ngay lập tức tác động vào cơ thể, và tuyến thượng thận tiết ra một loại độc tố khiến con rất yếu ớt, cộng thêm vào chứng mỏi mệt kinh niên sẵn có.

Ngày đầu tiên sau đó, con khóc rất nhiều lần, nhưng con nhận ra là những lần khóc thương này chỉ kéo dài trong vài giây. Con nghĩ, tâm thức con đã tự động hướng về những cảm giác, trái hẳn với trước đây con thường khóc lóc trong nhiều giờ.

Nhưng vào ngày thứ hai, điều kỳ diệu đã xảy ra. Đột nhiên con cảm thấy rất an ổn, hoàn toàn chấp nhận sự việc đã xảy ra và tâm thức không còn cảm thấy như lăn lộn trong đau khổ.

Cảm giác rất giống như con vừa qua nhiều ngày tu tập thiền *ānāpāna* (quán niệm hơi thở). Con không hiểu điều gì đã xảy ra với con. Con chưa từng trải qua trạng thái tâm thức như vậy sau khi bấn loạn. Trong thực tế con đã từng là một người rất đa cảm và con phải tự hỏi mình: "Phải chăng mình đã trở nên vô cảm hay thờ ơ?"

Trong tất cả những năm thực hành pháp thiền này, con chưa từng thực sự nhận ra một sự bình tâm rõ rệt trước những thăng trầm đổi thay trong cuộc sống hằng ngày. Nhưng con cảm thấy dường như việc thực hành đúng đắn và kiên trì đã dần dần tích lũy nên sự bình tâm một cách lặng lẽ, từng chút một trong tiềm thức. Đột nhiên, sau cú sốc nặng nề, toàn bộ khả năng bình tâm ấy đã vươn lên bề mặt ý thức và hiện hữu ở đó.

Thật là mầu nhiệm! Đã trải qua hai tháng sau biến cố và khả năng bình tâm vẫn còn nguyên đó. Tất nhiên, thỉnh thoảng cũng có một mẩu ký ức đột nhiên hiện về như nhát dao đau nhói chém vào mạn sườn hay đâm vào lồng ngực. Nhưng nhờ sự thực hành thiền, ngay lập tức tâm thức liền nhớ hướng đến "thở vào, thở ra, quan sát cảm giác". Và qua ba hoặc bốn hơi thở như vậy, con thoát ra khỏi cơn đau và duy trì được một thời gian dài.

Chúng ta có một phương pháp thật kỳ diệu biết bao! Một số người nhìn thấy con trong trạng thái tinh thần như vậy thì nghĩ là có lẽ con vẫn không chấp nhận sự thật, hoặc con đang cố kiềm nén tiếng khóc – có lẽ để chứng tỏ mình là một thiền sinh Vipassana. Nhưng con đã tự phân tích tâm mình và không thấy có dấu hiệu nào của những ý tưởng như vậy.

Vì thế, thưa thầy Goenkaji, con muốn được nghe ý kiến của thầy, liệu trạng thái tâm thức như vậy có phải là một hiện tượng bình thường, đến với mọi thiền sinh vào một thời điểm nào đó trong cuộc đời họ? Nếu đúng là như vậy thì kinh nghiệm của con là một bằng chứng thực tế cho thấy kỹ thuật thiền Vipassana có hiệu quả kỳ diệu.

Bằng chứng này không cần thiết với con, vì con chưa bao giờ nghi ngờ điều đó, nhưng nó cần thiết cho những người vẫn còn hoài nghi.

Con trai con đã thọ trì giới luật rất nghiêm cẩn trong 8 năm qua. Cháu cũng hiểu biết rất sâu xa về Giáo pháp, không chút nghi ngờ. Cháu là một người rộng lượng và rất bình tâm. Con hy vọng tất cả những phẩm tính đó sẽ cho cháu cơ hội được tái sinh làm người trong Giáo pháp Phật-đà để có thể tiếp tục thanh lọc tâm thức.

Con cảm thấy vô cùng vinh hạnh và may mắn trong cuộc đời này khi gặp được thầy là bậc minh sư mà con học hỏi được quá nhiều. Con cầu mong thầy được kiện khang trường thọ. Con thành kính tri ân đức Phật Thích-ca, các bậc đạo sư truyền thừa, và đặc biệt là thầy, Goenkaji, người đã ban cho con một món quà vô giá.

Với tất cả tâm từ,
Gabriela Lonita

John Wolford
(1971 - 2007)

Mãi mãi tri ân

Năm 1989, khi John Wolford 18 tuổi, cha anh là Carl đã ban tặng cho anh món quà Dhamma. Những gì anh được học và thực hành đã làm phong phú đời sống của anh kể từ ngày đó. Năm 2005, ở độ tuổi 34, John được chẩn đoán có bướu não ác tính và được phẫu thuật không lâu sau đó. Từ lúc biết được căn bệnh của mình cho đến tháng 11 năm 2007, anh đã quyết lòng dành trọn cuộc đời mình cho việc gắn bó hơn nữa với Dhamma và chia sẻ Pháp với một ý thức biết ơn nhiều hơn, ngay cả cảm thấy biết ơn căn bệnh của mình.

Căn bệnh ung thư lan dần đến cột sống và cuối cùng giết chết anh. Tuy nhiên, điều này giúp anh chết một cách có ý thức thay vì trong cơn hôn mê sâu, như rất thường gặp ở các bệnh nhân bị bướu não.

Ban đầu, John không trải qua những bất ổn tinh thần hay thể chất đáng kể. Những cơn đau đầu hay các triệu chứng khác, vốn thường gặp ở những người bị bướu não, chỉ xuất hiện với anh vào rất gần giai đoạn cuối. Trong phần lớn thời gian, anh luôn duy trì được sự mạnh mẽ và tràn đầy sinh lực, và nhờ đó có thể đáp ứng trọn vẹn với ý thức mới hình thành về sự thôi thúc tâm linh của mình.

May mắn thay, anh đã có thể từ bỏ công việc, tự mình dành trọn thời gian để ngồi thiền và phục vụ các khóa thiền Vipassana, bao gồm cả một khóa thiền 10 ngày song ngữ Anh-Miến mà anh phục vụ chung với vợ mình là Dhalie, được tổ chức ở Dhamma Torana, Ontario, chỉ 3 tháng trước khi anh qua đời. Anh phục vụ trong nhà bếp nhưng phải thường xuyên vắng mặt vì loại thuốc trị bệnh uống vào mỗi buổi sáng khiến anh buồn nôn. Dù vậy, trong suốt khóa thiền này anh đã sắp xếp biên soạn xong những mẩu chuyện cùng với file âm thanh mà anh thu thập được trong chuyến đi Miến Điện, để có thể tạo thành đĩa DVD gồm các pháp liệu này, dành cho những thiền sinh Miến Điện trong khóa thiền. Mỗi đêm anh hầu như đều không ngủ trước khi đèn tắt vào lúc 10 giờ. Do điều này và vô số những cử chỉ hành vi khác, sự ân cần, rộng lượng và lòng biết ơn của anh đã truyền sang cũng như gợi hứng khởi cho tất cả những ai được quen biết anh.

Sau đây là những lá thư của John và mẹ anh.

Thư của John

Thầy Goenkaji kính mến,

Con thấy thật khó để kể lại với thầy câu chuyện của con, vì có quá nhiều điều gắn liền với câu chuyện và con cũng khó biết cách thể hiện đầy đủ tầm quan trọng của lòng biết ơn mà con dành cho thầy.

Cách đây nhiều năm, cha con đưa con đến dự khóa thiền Vipassana đầu tiên trong đời con, do Arthur Nichols tổ chức. Lúc ấy, con biết rằng đây là điều quan trọng nhất trong cuộc đời con, nhưng vẫn luôn phải có những tranh đấu giằng co theo nhiều hướng. Điều này đã thay đổi vào tháng 2 năm 2005, khi con bất ngờ được chẩn đoán có một khối u ác tính lớn trong não. Thực sự là toàn bộ cuộc đời con đã thay đổi kể từ đó.

Dựa trên chẩn đoán đầu tiên, lúc đó các bác sĩ cho rằng con sẽ chết trong khoảng từ 9 đến 12 tháng. Dĩ nhiên, đây là một cú sốc nặng, nhưng nó cũng thúc đẩy con theo những hướng rất tích cực. Trong thực tế, Vipassana đã "kiểm soát tình hình" và giúp con tức thời bình tĩnh lại. Ngay lập tức, con cảm thấy biết ơn về việc mình đang chết vì bướu não, bởi vẫn có được một quãng thời gian để tiến hành mọi việc, còn hơn là phải chết khi thấy mình ở trước một chiếc xe hơi đang lao tới và chỉ có vài khoảnh khắc ngắn ngủi trước khi nó cán lên người mình.

Trong vài ba tháng sau đó, các bác sĩ kéo dài thêm tiên lượng của họ từ 9 đến 12 tháng thành nhiều thập kỷ, và rồi lại thu ngắn còn từ 7 đến 10 năm. Con còn nhớ tâm trạng biết ơn ngay lúc đó vì con vẫn còn thời gian để thực hành Dhamma tốt nhất trong khả năng của mình. Và con cũng thấy biết ơn vì pháp tu tập vô giá này đã được truyền trao cho con rất lâu trước đó.

Con cũng biết ơn vợ con, Dhalie, cũng là một thiền sinh. Ban đầu con nghĩ rằng những gì con phải trải qua chỉ là việc của riêng con, bởi chỉ có con là người bị bướu não. Nhưng không bao lâu, con đã thấy rõ ràng là Dhalie luôn ở bên con trên suốt chặng đường. Chúng con trở nên hết sức trầm tĩnh trong nội tâm, hết sức bình thản, và ngay lập tức nhận ra lợi ích lớn lao của điều này. Chúng con biết ơn về cơ hội được đưa đẩy tới để củng cố Dhamma trong chúng con, để phát triển Dhamma trong chúng con, và để vận dụng Dhamma trong chúng con. Điều này vô cùng hữu ích cho chúng con, và tiếp tục giúp chúng con tự nâng đỡ mình cũng như giúp đỡ lẫn nhau.

Con cũng biết ơn về việc mẹ con, người lúc nào cũng quan tâm đến nhưng "chưa bao giờ có thời gian" để tham gia một khóa thiền, giờ đây đã quan tâm đến việc thực sự tham gia. Người ta có thể dễ dàng hình dung được, hung tin về chứng bệnh bướu não này là điều khó khăn cho bà hơn so với bất cứ ai khác, và bà đã tìm kiếm trong vô vọng một con đường giúp bà thoát khỏi khổ đau. May mắn thay, bà đã có một quyết định tuyệt vời, và chỉ trong vòng mấy tuần lễ sau lần phẫu thuật đầu tiên của con, mẹ con đã tham gia khóa thiền đầu tiên của bà cùng với Dhalie và con, với sự tham gia phục vụ của cha con.

Cho đến lúc đó, con đã cảm thấy yên lòng với vợ con, cha con và em con. Họ đều đã tham gia ngồi thiền và phục vụ nhiều khóa thiền, con biết rằng cho dù có điều gì xảy ra, cuối cùng họ cũng đều sẽ ổn. Nhưng con không thể nghĩ như vậy với mẹ con. Giờ đây con cảm thấy hạnh phúc vì mẹ con đã tham gia một khóa thiền, đã gieo trồng hạt giống Dhamma, và vì con đã có thể góp sức vào việc này theo một cách nào đó.

Tiếp theo sau đó, mẹ con đã tham gia thêm hai khóa thiền 10 ngày và một khóa thiền học Kinh Niệm Xứ (*Satipaṭṭhāna Sutta*). Con được may mắn tham gia phục vụ trong tất cả các khóa thiền này. Mẹ con duy trì sự thực tập mỗi ngày một cách dễ dàng, và bây giờ gần như bà không đọc gì khác ngoài các sách Giáo pháp. Chúng con trò chuyện về Dhamma suốt ngày. Mẹ con đón nhận tất cả, giống như một miếng bọt biển thấm nước, không bao giờ phản kháng theo kiểu như "Đủ lắm rồi, mẹ không nhận thêm được nữa!" Và con trở thành một phần trong sự đón nhận của mẹ.

Con biết ơn công ty bảo hiểm y tế đã đồng ý hỗ trợ con về tài chánh, và nhờ đó con có thể nghỉ việc. Giờ đây, con có thời gian hoàn toàn tự do để dành cho gia đình, bạn bè và Dhamma. Dhalie, mẹ con và con cùng ngồi thiền với nhau một cách đều đặn.

Đối với thầy, Goenkaji, người cha Dhamma của con, con đã nợ thầy quá nhiều và con vô cùng biết ơn về việc con có thể tiếp tục đền đáp bằng cách thay thầy phục vụ Dhamma trong nhiều cách khác nhau. Con đang gieo nhân lành với tất cả khả năng mình, phục vụ để giúp thầy truyền bá Dhamma càng xa rộng càng tốt.

Con đang cố hết sức mình thực hiện đúng đắn lời dạy của thầy bằng cách phát triển Dhamma trong con. Con cố gắng giữ giới luật một cách nghiêm cẩn, chú ý nhiều nhất đến việc này. Định và Tuệ vô cùng quý báu, vô cùng giá trị, đã giúp con thấu hiểu và củng cố việc trì giới. Con đã phát triển được một nhận thức rõ rệt hơn nhiều về sự giải thích của thầy, vì sao "ba chân của cái kiềng [Giới, Định, Tuệ] đều hỗ trợ cho nhau".

Tất cả những điều này chỉ có thể làm được khi có thời gian, và một lần nữa con vô cùng biết ơn về bất kỳ thời gian nào con còn lại. Căn bệnh ung thư có thuyên giảm, nhưng gần đây chúng con phát hiện khối u có thể đang bắt đầu lớn lên trở lại. Chúng con cần sớm kiểm tra việc này. Căn bệnh này có thể rút ngắn cuộc đời con, nhưng ai mà biết được, cũng có thể khối u không lớn lên nữa nhưng thay vì vậy con sẽ chết vì một nguyên nhân khác.

Cho dù thế nào đi nữa, hiện giờ con đang ở đây và hiện con đang thể nghiệm cảm giác. Con sẽ cố hết sức để tự giúp mình, và con rất biết ơn để nói rằng, giúp mình tự nhiên cũng có nghĩa là giúp đỡ người khác.

Xin cảm ơn thầy, Goenkaji, về tất cả sự giảng dạy Dhamma của thầy. Nhờ đó mà cha con, mẹ con, em con, vợ con, bạn bè con và hàng ngàn người không quen biết khác trên thế giới này có thể giúp đỡ chính họ, điều đó có nghĩa là đến lượt họ sẽ giúp đỡ vô số người khác.

Với lòng biết ơn vô hạn
và với tâm từ,
John

Thư của mẹ John

Thầy Goenkaji kính mến,

Con biết nói gì đây để bày tỏ lòng biết ơn của con về những lợi lạc vô song mà gia đình con và bản thân con đã nhận được thông qua món quà tặng Dhamma vô giá? Con xin gửi đến thầy, một người kể chuyện quá tuyệt vời, vài ba mẩu chuyện ngắn để minh họa cho năng lực của Dhamma trong cuộc sống của con.

Câu chuyện thứ nhất

Tháng Một năm ngoái, khi con biết tin con trai trưởng của con là John, 34 tuổi, có một khối u lớn trong não, con đã hoàn toàn bị sốc nặng và kinh hoàng. Đến tháng Hai, John được đưa vào bệnh viện để phẫu thuật não. Trái ngược với những phản ứng của con, con nhận thấy rõ ràng thái độ của John là can đảm và chấp nhận không kháng cự. Thay vào đó, John biểu lộ lòng từ ái và quan tâm đến chúng con, những người đang quá đau khổ trước những sự kiện bất ngờ này.

Ngay sau ca phẫu thuật kéo dài khoảng 5 giờ liền, con đến thăm John trong phòng hồi sức. Câu đầu tiên con hỏi là: "John, con cảm thấy thế nào?" Với đôi mắt nhắm nghiền và một nụ cười nhẹ thoáng trên khuôn mặt, John đáp lại: "Cảm giác đang sinh khởi, cảm giác đang mất đi." Sau đó, khi con nhắc lại chuyện này thì John hoàn toàn không nhớ mình đã nói như vậy. Nhưng John kể với con là trước khi vào phòng phẫu thuật, cháu đã bắt đầu việc quan sát cảm giác trong cơ thể với ý định duy trì thực hành này trong suốt thời gian phẫu thuật, cho đến lúc còn có thể.

Con biết rằng điều đáng kể nhất trong nỗi lo lắng của con là sự bất lực không bảo vệ được con trai khỏi biến cố này. Nhưng con đã nhận biết được là Dhamma có thể làm điều đó. Nhờ vào những lợi ích của sự thực hành thiền, con trai con đã chuyển hóa một sự kiện khủng khiếp thành một phương tiện, một quà tặng quý giá để giúp nó thăng tiến trên con đường Dhamma.

Câu chuyện thứ hai

Vài ngày sau cuộc phẫu thuật của John, con đến bệnh viện thăm nó. Con đã hỏi về việc thực hành thiền Vipassana. Con muốn biết làm thế nào mà việc hành thiền mang lại cho John sức mạnh đáng kể khi đối mặt với căn bệnh khủng khiếp này. Khi nói về những kinh nghiệm thực hành thiền Vipassana của mình, John bảo con rằng trong một thời gian dài nó vẫn luôn ao ước là ngày nào đó con sẽ tham gia một khóa thiền và nó sẽ phục vụ trong khóa thiền đó.

Trước đây, cả John và em trai nó, Dharma, đều gợi ý rằng con sẽ được lợi ích khi tham gia một khóa thiền. Lẽ tự nhiên là trong nhiều năm con lúc nào cũng quá bận rộn! Đột nhiên, con thấy không còn bận rộn nữa. Dù không biết là John có bao giờ rời khỏi bệnh viện hay không, con vẫn bảo John là khi nó tham gia khóa thiền sắp tới, con sẽ có mặt ở đó. Có vẻ như điều này là đáp ứng một mong ước nhỏ nhoi và là cách để ủng hộ John.

Con chẳng bao giờ có thể đoán biết những lợi ích con sẽ có được, cũng không ngờ rằng con trai con lại một lần nữa đã chuyển hóa căn bệnh ung thư của nó thành một phương tiện cho món quà của sự giải thoát - món quà của con.

Câu chuyện thứ ba

Khoảng ba tháng sau, con cùng đi trên một chiếc xe hơi với John, vợ John là Dhalie và cha John là Carl. Họ đều là những thiền sinh Vipassana nhiều kinh nghiệm. Chúng con đang cùng đi đến Dhamma Kuñja ở bang Washington, nơi con sẽ tham gia khóa thiền đầu tiên trong đời mình. Một khóa thiền kinh khủng! Con đã bị thiêu đốt bởi sự giận dữ và bực tức với những thứ mà thậm chí con không thể gọi tên. Làm sao con trốn thoát được? Làm sao con có thể bỏ chạy khi con trai trưởng của con đang ngồi đó, trong cùng một căn phòng, với một khối u lớn ép chặt bên trong não?

Con đã ở lại, và bằng cách nào đó, trong khoảng thời gian ngắn ngủi giữa những lần bị nhấn chìm trong các phản ứng hỗn loạn của chính mình, con đã cố gắng vận dụng phương pháp mà con đang học. Vào khoảng giữa của giai đoạn 10 ngày, con tự hỏi không biết làm sao để nói với con trai rằng con đường này không thích hợp với mẹ nó. Nhưng đến cuối khóa thiền, con lại tự hỏi không biết phải bao lâu mình mới được quay trở lại tham gia lần nữa!

Kể từ đó, con đã tham gia thêm hai khóa thiền 10 ngày và duy trì sự thực hành hằng ngày. Trong một tuần lễ, con dự tính sẽ tham gia một khóa thiền có học kinh Niệm Xứ (*Satipaṭṭhāna Sutta*) ở Dhamma Surabhi, British Columbia. John sẽ tham gia phục vụ ở khóa thiền đó. Để có thể bắt đầu phụng sự Dhamma theo một phương cách nào đó, con đang được huấn luyện để trở thành người làm việc trực tuyến, giúp việc ghi danh các thiền sinh khi họ nộp đơn tham gia khóa thiền.

Có lần sau khóa thiền đầu tiên đó, con bảo John rằng: "Con đã ném cho mẹ một sợi dây cứu sinh, nhưng lần đầu tiên khi vừa chộp được rồi nắm lấy, mẹ có cảm giác nó giống một sợi dây điện hơn,[1] và ở đầu này sợi dây mẹ thấy nóng bỏng, vừa chộp vào rồi giật nẩy lên."

Sau khi trở về nhà, con nhận thấy cuộc sống thay đổi tốt hơn theo nhiều cách. Gia đình và bạn bè đều bảo con là họ thấy được một sự thay đổi tốt hơn nơi con. Điều quan trọng nhất là con có thể chia sẻ những giây phút quý giá trong đời sống, biết rằng chúng tất yếu sẽ trôi qua, và đối mặt với khổ đau mà không bị nhấn chìm hoàn toàn trong sự lo âu và sợ hãi.

Thưa thầy Goenkaji, con cho rằng tất cả những lợi ích này và còn nhiều hơn thế nữa, đều là nhờ vào sự chuyển hóa nội tâm con có được sau khóa thiền đầu tiên. Mối quan hệ giữa con với mọi thành viên trong gia đình đều được cải thiện, và con thật may mắn có thể cùng ngồi thiền với John và Dhalie một cách thường xuyên cũng như thích thú với những buổi trò chuyện về Dhamma với cả hai.

Sự hành trì thực tiễn và lòng từ ái của cả hai là nguồn hứng khởi liên tục đối với con. Thật vô cùng thoải mái khi thấy John đang sử dụng rất tốt thời gian. Vì đã được thôi việc nên thay vào đó hằng ngày John làm việc để truyền bá Dhamma. Giờ đây, các bác sĩ nghĩ rằng khối u trong não của John đã bắt đầu phát triển trở lại. Nhưng nếu sức khỏe cho phép, John sẽ đi Ấn Độ cùng vợ là Dhalie. Và Dhalie sẽ tham gia khóa thiền tự luyện dành cho các thiền sư phụ tá ở Dhamma Giri vào tháng 11. John cũng đã ghi tên vào danh sách chờ để được phục vụ trong cùng khóa thiền đó. Trong tháng Một, con và chồng con sẽ bay sang Miến Điện để gặp vợ chồng John ở đó. Chúng con sẽ viếng thăm nhiều địa điểm thiền Vipassana và hy vọng sẽ tham gia khóa thiền tại một trung tâm ở đó. Chúng con đã được

---

[1] Trong Anh ngữ, tác giả cố ý sử dụng kiểu chơi chữ vì hai danh từ này có cách viết tương tự cũng như phát âm khá giống nhau: dây cứu sinh (lifeline), sợi dây điện (live wire).

chấp thuận tham gia một khóa thiền 10 ngày ở Dhamma Giri vào cuối tháng Một trước khi quay trở về Vancouver. Những dự tính này có xảy ra hay không thì còn phải chờ xem. Nhưng dù sao đi nữa, sự thật là cuộc đời con đã thay đổi tốt hơn vượt ngoài sức tưởng tượng.

Con biết là vẫn còn phải vượt qua một quãng đường dài để phá tan vô minh và chế ngự được những tập khí tham lam, sân hận. Với tất cả những lợi lạc đã có được, con vẫn còn phải rất lâu mới đạt đến sự bình tâm trước một số sự thật nhất định trong cuộc đời, trong đó có cả sự thật là John bị ung thư và các bác sĩ không thể làm được gì để giúp cháu. Con đã quay sang Dhamma như một chiếc bè của cuộc đời con khi sóng to gió lớn. Con sẽ tiếp tục nỗ lực hết sức mình để chèo chống đi về phía trước.

Giống như con mong muốn được thoát khỏi tham ái, đớn đau và khổ sở, con cầu mong cho tất cả chúng sinh cũng đều được thoát khỏi tham ái, đớn đau và khổ sở.

Cầu mong cho tất cả chúng sinh được hạnh phúc.

Với lòng kính trọng và biết ơn,
Một thiền sinh Vipassana kém cỏi.
Laurie Campbell

Ba năm sau

Bà Virginia thân mến,

Tôi rất vui được chia sẻ lá thư tôi đã viết cho thầy Goenkaji. Một thời gian sau khi tôi trao lá thư này cho John để mang đi gửi, John đã hỏi tôi xem liệu tôi có cho phép một phần lá thư được in lại trong một bản tin hay đâu đó đại loại như vậy. Lúc đó tôi đã sẵn sàng đồng ý và sẽ rất vui nếu lá thư này có thể giúp ích được cho bất cứ ai. Bà thấy đó, lá thư của John cũng có ở đây.

Tôi biết ơn bà đã chia sẻ những câu chuyện của John như một thiền sinh trẻ. Điều này khiến tôi cảm thấy vui.

Tôi còn có thêm một câu chuyện nữa để chia sẻ. Khi John vào bệnh viện lần cuối cùng, đã có lúc tôi nhận ra rằng John rất khó có thể trở về nhà lần nữa. Lúc ấy là đầu tháng 11 năm 2007. Tôi còn nhớ, có một hôm tôi bảo John rằng nếu con sống được qua sinh nhật của mẹ thì từ nay về sau, mỗi năm mẹ đều sẽ thắp cho con một ngọn nến trong tim mẹ. Khi nhớ lại, điều tôi nói đó có vẻ như thật kỳ lạ và đáng sợ. Tôi cũng không biết vì sao mình lại nói thế.

John qua đời ngày 20 tháng 11, đúng vào sinh nhật lần thứ 59 của tôi. Tôi trải nghiệm sự ra đi của John như món quà cuối cùng dành cho tôi. Tôi sẵn sàng làm bất cứ việc gì để con trai tôi được sống lâu hơn tôi. Tôi biết rất rõ như vậy. Nhưng tôi không có khả năng làm cho điều đó xảy ra, cũng không thể quyết định được điều gì là tốt nhất cho John. Thật ra, tôi cũng không quyết định được điều gì là tốt nhất cho chính tôi.

Vào lúc ấy, tôi nghĩ việc John ra đi vào ngày đặc biệt ấy là món quà và một thông điệp kỳ diệu trực tiếp cho tôi – cuối cùng thì John đã thoát khỏi đau đớn, và những tuần lễ cuối cùng, những ngày cuối cùng thật là khủng khiếp với những gì John phải chịu đựng.

Kể từ đó, [mỗi năm] khi sinh nhật của tôi đến gần, tôi suy ngẫm rất nhiều cả về tình yêu thương rộng lớn đáng kinh ngạc của John, cũng như về cái chết đang tiến đến gần không thể tránh khỏi của chính mình. Tôi biết rằng John đã giúp cho thời điểm buông bỏ [cuộc đời này] của chính tôi được dễ dàng hơn, bất cứ khi nào thời điểm ấy đến. Và trong khi chờ đợi, sự nhận hiểu của tôi về vô thường đã được sâu sắc hơn.

Kể từ thời điểm John biết mình bị bướu não cho đến lúc qua đời, tiến trình tăng trưởng và phát triển [tâm linh] của chính John được thúc đẩy rất nhanh. Thật tuyệt vời khi quan sát được những khía cạnh gay gắt khó chịu của John dần dần tan biến, và chứng kiến cũng như tận hưởng năng lượng yêu thương mà

John chia sẻ không giới hạn với bất cứ ai có dịp gặp gỡ cháu. Gần đến ngày cuối cùng, thật là một đặc ân khi được nhìn thấy sự tan rã của "cái tôi" ích kỷ và sự hiển lộ hoàn toàn bản chất của hiện hữu: lòng thương yêu.

Không có gì phải ngờ vực, phương tiện mà John đã dùng để chuyển hóa chính là sự thực hành Vipassana. John đã tham gia một khóa học cấp tốc về nghệ thuật sống và đã hoàn tất thật tốt đẹp.

John đã cực kỳ may mắn khi nhận được món quà Dhamma thông qua cha mình. Ta không thể nhìn thấy sự kỳ diệu trong lộ trình của John nếu không có ảnh hưởng của cha là Carl. Và trong lòng mình, tôi nợ Carl một món nợ lớn của lòng biết ơn vì đã đưa cả hai đứa con trai của tôi đến với Dhamma. Tôi mãi mãi mắc nợ anh ấy, nhưng rồi như anh ấy đã chỉ ra cho tôi, những sự thăng trầm và món nợ này còn phải mở rộng để bao gồm cả những người đã giúp đỡ anh ấy trên con đường tu tập, và tiếp tục trở ngược lên nữa đến các bậc thầy và thiền sinh trước đây, mãi cho đến điểm khởi đầu từ đức Phật.

Quả thật là một hành trình tuyệt vời – dù đau đớn nhưng thật phong phú với những món quà của lòng yêu thương và bi mẫn. Rất nhiều điều đã đến với tôi, bao gồm cả lòng tốt của nhiều người đã xúc động trước John và đến lượt họ lại hào phóng cởi mở chính bản thân họ với tôi.

Mặc dù vậy, tôi e rằng tôi hoàn toàn không giống với một số tác giả khác xuất hiện trong quyển sách của bà. Khi ngày giỗ của John đến gần, tôi nhận biết nỗi đau đớn khủng khiếp của sự mất mát, sự trỗi dậy của nỗi buồn đau hầu như không che giấu. Bất kể là tôi lão luyện như thế nào trong việc vận dụng lý trí để biện rõ lý lẽ, và ngay cả trong những lúc có nhiều tri thức trọn vẹn hơn, thì sự thật cay đắng về cái chết của John vẫn khiến tôi đau đớn không thể nói hết bằng lời.

Tôi không được bình tâm và điều tốt nhất tôi có thể làm là ngồi xuống cùng với nỗi đau, cố gắng vận dụng lòng bi mẫn đối với sự bám chấp dường như bất trị của tôi. Tôi biết tất cả nỗi đau này [khởi sinh] chỉ là do ở chính tôi, những gì tôi muốn, cách thức tôi ao ước vũ trụ này được sắp xếp. Liệu tôi có nên đau buồn về việc con trai tôi thoát khỏi cuộc sống khổ đau này? Về việc con trai tôi đã chuyển hóa thành công phần thô xấu nhất của kim loại thành vàng ròng? Liệu tôi có nên đau buồn về việc con trai tôi nuôi dưỡng được lòng yêu thương ngày càng lớn mạnh đến mức cuối cùng chỉ duy nhất có yêu thương còn lại?

Khi tôi nghĩ về các con, tôi thật kinh ngạc. Chúng đã là những bậc thầy trên quá nhiều cấp độ, và tôi thật lạ lùng là bằng cách nào đó tôi đã có được chúng trong cuộc đời tôi. Đến nay, John ra đi đã gần ba năm rồi, nhưng theo nhiều ý nghĩa, cháu vẫn đang ở bên tôi, ảnh hưởng đến tôi và dẫn dắt tôi. Tôi thật là người mẹ may mắn nhất!

Với tất cả tâm từ,

Laurie

Hãy tu tập để tự cứu mình

Khi chúng ta thiền tập hằng ngày, buổi sáng và buổi tối, Vipassana sống mãi trong ta. Sự tỉnh giác về các cảm giác trong thân là một hệ thống cảnh báo sớm của ta, sẽ cảnh báo ta ngay khi có những phản ứng nào củng cố thêm các thói quen xấu của ta. Khi chúng ta nỗ lực để làm thay đổi khuôn mẫu [thói quen] này, nhu cầu làm chủ tâm ý trở nên hết sức rõ ràng.

Tiến trình này đơn giản, nhưng rất tinh tế. Thật dễ dàng sơ xuất, và sự chệch hướng sai lầm có thể tiếp tục ngày càng lan rộng hơn bởi con đường cực kỳ lâu dài. Vì thế, bất cứ khi nào có cơ hội, tốt nhất là nên rà soát lại con đường tu tập đúng đắn thông qua việc tham gia các khóa thiền và lắng nghe thật kỹ những bài giảng giải thích rõ ràng của thầy Goenkaji.

Bài dưới đây được đăng tải lần đầu tiên trên Bản tin Vipassana (Vipassana Newsletter) số ra mùa xuân năm 1997, là phần tóm lược từ bài pháp thoại ngày thứ hai của Goenkaji trong khóa thiền 3 ngày dành cho các thiền sinh cũ. Trong bài này, thầy đã thận trọng điểm lại về phương pháp Vipassana, giải thích chi tiết về sự thiền tập.

Trên bề mặt, tâm chơi nhiều trò chơi khác nhau – nghĩ ngợi, tưởng tượng, mơ mộng, phóng tưởng... Nhưng sâu tận bên trong tâm vẫn là tù nhân bị giam hãm bởi khuôn mẫu thói quen của chính nó; và khuôn mẫu thói quen ở tầng lớp sâu thẳm nhất của tâm là cảm nhận những cảm giác và phản ứng lại chúng. Nếu cảm giác là dễ chịu, tâm phản ứng bằng sự thèm muốn, tham lam; nếu cảm giác là khó chịu, tâm phản ứng bằng sự chán ghét, sân hận.

Sự giác ngộ của Đức Phật là đi vào tận gốc rễ của vấn đề. Trừ phi chúng ta giải quyết vấn đề ở phần gốc rễ, bằng không ta sẽ chỉ giải quyết được với phần tri thức và chỉ có phần này của tâm được thanh lọc. Khi gốc rễ của cây không được lành mạnh, toàn thể cây ấy sẽ bị ốm yếu. Nếu gốc rễ lành mạnh, chúng sẽ cung cấp nhựa tốt cho cả cây. Bởi vậy, hãy bắt đầu giải quyết vấn đề từ phần gốc rễ. Đây là sự giác ngộ của Đức Phật.

Khi Đức Phật giảng dạy Dhamma, con đường của Giới, Định, Tuệ *(sīla, samādhi and paññā)*, đó không phải là để thành lập tông phái, giáo điều hay đức tin. Bát Thánh đạo là con đường thực tiễn và những ai đi theo con đường này có thể đến tận tầng lớp sâu thẳm nhất của tâm, diệt trừ được tất cả khổ đau.

Những người đã thực sự giải thoát chính mình biết rằng việc đi vào tầng lớp sâu thẳm của tâm – làm một cuộc giải phẫu tâm – là việc phải do chính mình làm, là việc riêng của mỗi người. Người khác có thể hướng dẫn quý vị với lòng từ bi, người khác có thể giúp đỡ, hỗ trợ quý vị đi trên con đường. Nhưng không ai có thể đặt quý vị trên vai mang đi và nói: "Ta sẽ mang con đến đích cuối cùng. Chỉ cần tuân phục ta, ta sẽ làm mọi việc cho con."

Quý vị chịu trách nhiệm về sự ràng buộc của chính mình. Quý vị chịu trách nhiệm về việc làm cho tâm mình bất tịnh, chứ không phải ai khác. Chính quý vị phải riêng chịu trách nhiệm thanh lọc tâm mình, và cắt đứt mọi sự ràng buộc.

Sự thực hành liên tục là bí quyết của thành công. Khi nói rằng quý vị phải tỉnh giác một cách liên tục, có nghĩa là quý vị phải tỉnh giác với trí tuệ về những cảm giác trên cơ thể, nơi quý vị thực sự kinh nghiệm được mọi thứ nảy sinh và diệt đi. Sự tỉnh giác về vô thường là yếu tố thanh lọc tâm – sự tỉnh giác về những cảm giác khởi sinh, diệt mất.

Việc tri thức hóa sự thật này sẽ không ích gì cả. Quý vị có thể hiểu: "Mọi cái đã nảy sinh thì sớm muộn gì cũng sẽ diệt đi. Bất cứ ai đã sinh ra đời, sớm muộn gì cũng sẽ chết. Đây là vô thường (anicca)." Quý vị có thể hiểu điều này một cách đúng đắn, nhưng quý vị đã không trải nghiệm nó. Chỉ có sự trải nghiệm của chính tự thân mình mới giúp quý vị thanh lọc tâm và giải thoát quý vị khỏi khổ đau. Từ ngữ được dùng để diễn đạt sự "trải nghiệm" này ở Ấn Độ vào thời đức Phật là *vedanā*, nghĩa là cảm thấy bằng chứng nghiệm, chứ không chỉ là bằng sự tri thức hóa. Và điều này chỉ có thể khả thi khi cảm giác trên cơ thể được cảm nhận.

Vô thường (anicca) phải được trải nghiệm. Nếu quý vị không trải nghiệm được vô thường thì nó chỉ là một lý thuyết. Và Đức Phật không quan tâm đến các lý thuyết. Ngay cả từ trước thời đức Phật, và trong thời đức Phật, có những đạo sư dạy rằng toàn thể vụ trụ là một dòng chảy liên tục biến đổi, là vô thường (anicca), điều này không có gì mới. Cái mới của Đức Phật là sự trải nghiệm về vô thường, và khi quý vị chứng nghiệm về vô thường trong phạm vi cơ thể của chính mình, quý vị bắt đầu làm việc tại tầng lớp sâu thẳm nhất của tâm.

Có hai điều rất quan trọng đối với những ai đi theo con đường tu tập này. Thứ nhất là việc phá vỡ ngăn cách giữa tâm ý thức và vô thức. Nhưng ngay cả khi tâm ý thức của quý vị có thể cảm nhận được những cảm giác mà trước đây chỉ cảm nhận được bằng tâm vô thức, thì chỉ riêng điều đó cũng không giúp ích gì cho quý vị. Đức Phật muốn quý vị bước thêm bước thứ hai: thay đổi khuôn mẫu thói quen phản ứng của tâm tại tầng lớp sâu thẳm nhất.

Khi đạt tới giai đoạn quý vị bắt đầu cảm nhận cảm giác là bước khởi đầu tốt, nhưng khuôn mẫu thói quen phản ứng vẫn tồn tại. Khi quý vị cảm thấy một cảm giác khó chịu, nếu quý vị tiếp tục phản ứng – "Ồ, ta phải loại trừ nó đi" – điều đó không giúp ích gì cả. Nếu quý vị bắt đầu cảm thấy một dòng trôi chảy dễ chịu của những rung động rất vi tế khắp cơ thể, và quý vị phản ứng – "À, tuyệt quá! Đây là những gì ta đang tìm kiếm. Giờ thì ta đã có được!" – như vậy quý vị đã hoàn toàn không hiểu gì về Vipassana.

Vipassana không phải là một trò chơi với sự dễ chịu và khó chịu. Quý vị đã phản ứng như thế suốt cả đời mình, trong vô lượng kiếp. Bây giờ nhân danh Vipassana quý vị bắt đầu làm cho khuôn mẫu [thói quen] này mạnh hơn. Mỗi lần cảm thấy một cảm giác khó chịu, quý vị phản ứng cùng một kiểu cách bằng sự chán ghét. Mỗi lúc khi cảm thấy một cảm giác dễ chịu, quý vị lại phản ứng cùng một kiểu cách bằng sự thèm muốn. Vipassana không giúp ích gì cho quý vị, bởi vì quý vị đã không giúp ích gì cho Vipassana.

Bất cứ khi nào quý vị mắc lại sai lầm cũ khi phản ứng bởi vì thói quen cố hữu, hãy xem quý vị ý thức được nhanh chóng đến mức nào: "Hãy nhìn xem – một cảm giác khó chịu và tôi đã phản ứng bằng sự chán ghét; một cảm giác dễ chịu và tôi đã phản ứng bằng sự thèm muốn. Đây không phải là Vipassana. Điều này sẽ không giúp gì cho tôi."

Hãy hiểu rằng, đây là những gì quý vị cần làm. Nhưng nếu quý vị không thành công 100 phần trăm, cũng không sao cả. Điều này không có hại cho quý vị với điều kiện là quý vị luôn hiểu rõ và không ngừng cố gắng thay đổi khuôn mẫu thói quen cố hữu. Cho dù chỉ vài khoảnh khắc quý vị thoát khỏi ngục tù thì quý vị vẫn đang tiến bộ.

Đây là những gì đức Phật muốn quý vị làm: thực hành Bát Thánh Đạo.

Thực hành giới (sīla) để quý vị có thể có được chánh định (samādhi). Đối với những ai không ngừng phạm giới, có rất ít hy vọng là họ sẽ tới được tầng lớp sâu thẳm nhất của thực tại.

Giới (sīla) phát triển sau khi quý vị đã kiểm soát được phần nào tâm ý, sau khi quý vị bắt đầu hiểu với trí bát-nhã (paññā) rằng phạm giới là rất tai hại.

Trí bát-nhã ở mức độ chứng nghiệm sẽ giúp ích cho định (samādhi). Định ở mức độ chứng nghiệm sẽ giúp ích cho giới.

Giới hoàn thiện hơn sẽ giúp cho định vững mạnh hơn. Định vững mạnh hơn sẽ giúp trí tuệ bát-nhã (paññā) trở nên sáng tỏ hơn.

Mỗi phần trong ba phần này đều hỗ trợ lẫn nhau và quý vị sẽ tiếp tục tăng tiến.

Quý vị nhất thiết phải cùng hiện hữu với thực tại, với sự thật đúng như bản chất của nó. Mọi sự vật không ngừng thay đổi. Tất cả rung động không gì khác hơn là một dòng biến đổi, một dòng trôi chảy. Sự nhận biết này loại trừ khuôn mẫu thói quen phản ứng đối với các cảm giác bám rễ sâu [trong tâm thức].

Bất kỳ cảm giác nào quý vị trải nghiệm - dễ chịu, khó chịu hay trung tính - quý vị nên sử dụng chúng như những công cụ. Những cảm giác này có thể trở thành công cụ giúp giải thoát quý vị khỏi khổ đau, với điều kiện là quý vị hiểu rõ sự thật đúng như bản chất của chúng. Nhưng cùng những cảm giác này có thể trở thành công cụ làm gia tăng gấp bội khổ đau của quý vị. [Những cảm giác] ưa thích hay ghét bỏ không tạo thành vấn đề. Thực tế là, những cảm giác luôn sinh khởi và diệt mất, chúng là vô thường (anicca). [Những cảm giác] dễ chịu, khó chịu hay trung tính – cũng không có gì khác biệt cả. Khi quý vị bắt đầu nhận ra được thực tế là, ngay cả những cảm giác dễ chịu nhất mà quý vị cảm nhận được cũng là khổ (dukkha), đó là lúc quý vị đang đến gần hơn với sự giải thoát.

Hãy hiểu được tại sao những cảm giác dễ chịu cũng là khổ (dukkha). Mỗi khi một cảm giác dễ chịu khởi sinh, quý vị bắt đầu thích thú nó. Thói quen bám víu vào những cảm giác dễ chịu đã tồn tại trong vô lượng kiếp. Và chính vì điều này mà quý vị có sự chán ghét. Thèm muốn (hay tham ái) và chán ghét (hay sân hận) là hai mặt của cùng một đồng xu. Tham ái càng mạnh mẽ thì chắc chắn sân hận càng mãnh liệt. Sớm muộn gì thì mọi cảm giác dễ chịu đều cũng sẽ chuyển thành khó chịu, và mọi cảm giác khó chịu đều sẽ chuyển thành dễ chịu - đây là luật tự nhiên. Nếu quý vị bắt đầu thèm muốn những cảm giác dễ chịu, quý vị đang mời gọi khổ đau.

Giáo huấn của Đức Phật giúp chúng ta làm tan rã sự chắc đặc khiến chúng ta không thấy được sự thật đích thực. Trong thực tại chỉ có toàn là những rung động, không còn gì khác. Đồng thời cũng có sự chắc đặc. Ví dụ, bức tường này là chắc đặc. Đây là sự thật, một sự thật nhìn thấy bên ngoài. Ở [mức độ] sự thật tối hậu thì cái mà quý vị gọi là bức tường thật ra không gì khác hơn là một khối rung động của những hạt hạ nguyên tử (subatomic particle) [cực nhỏ].

Dhamma phát triển sự hiểu biết của chúng ta, để ta có thể tự mình thoát khỏi thói quen phản ứng và nhận ra được rằng sự thèm muốn đang làm hại chúng ta, sự ghét bỏ đang làm hại chúng ta. Và rồi chúng ta thực tế hơn: "Hãy xem, có sự thật tối hậu, và cũng có sự thật nhìn thấy bên ngoài, cũng là một sự thật."

Tiến trình đi vào tận bề sâu của tâm để giải thoát chính mình chỉ có thể được thực hiện bởi chính tự thân quý vị, nhưng quý vị cũng phải sẵn sàng làm việc cùng với gia đình, cùng với xã hội như một tổng thể. Thước đo để thấy được tình thương, lòng bi mẫn và thiện ý có thực sự đang phát triển hay không chính là những phẩm tính này có được thể hiện đến với những người quanh ta hay không.

Đức Phật muốn chúng ta được giải thoát ở mức độ sâu nhất của tâm thức. Và điều này chỉ khả thi khi ba tính chất vô thường (anicca), khổ (dukkha) và vô ngã (anattā) được nhận thức rõ. Khi tâm thức bắt đầu thoát khỏi sự ước thúc [của hành nghiệp], hết lớp này đến lớp khác [các hành nghiệp] lần lượt được thanh lọc cho đến khi tâm hoàn toàn thoát khỏi mọi sự ước thúc. Khi đó, sự thanh tịnh trở thành một cách sống. Quý vị không cần phải thực hành tâm từ (mettā) như hiện nay sau một giờ hành thiền. Sau này, tâm từ ấy trở thành cuộc sống của quý vị. Lúc nào quý vị cũng tràn đầy tình thương, lòng bi mẫn và thiện ý. Đây là mục tiêu, là đích đến.

Con đường giải thoát là con đường tu tập ở tầng lớp sâu thẳm nhất của tâm. Các phóng tưởng tốt lành không có gì sai quấy cả, nhưng trừ phi thay đổi được thói quen phản ứng mù quáng ở phần sâu nhất của tâm, bằng không thì quý vị chưa thể giải thoát được. Không ai được giải thoát trừ phi phần sâu nhất của tâm được thay đổi. Và phần sâu thẳm nhất của tâm liên tục tiếp xúc với các cảm giác trong cơ thể.

Chúng ta phải chia cắt, mổ xẻ, làm tan rã toàn bộ cấu trúc để hiểu được tâm và thân tương quan mật thiết với nhau như thế nào. Nếu quý vị chỉ tu tập với tâm và bỏ quên thân, quý vị không thực hành lời Phật dạy. Nếu quý vị chỉ tu tập với thân và bỏ quên tâm thì quý vị không hiểu đức Phật một cách đúng đắn.

Bất kỳ điều gì nảy sinh trong tâm đều chuyển thành thể chất, thành một cảm giác trong lãnh vực vật chất. Đây là khám phá của đức Phật. Người ta quên mất sự thật này, vốn chỉ có thể hiểu được nhờ sự tu tập đúng đắn. Đức Phật nói: *"Sabbe dhammā vedanā samosaraṇā"* – "Bất kỳ điều gì nảy sinh trong tâm đều bắt đầu trôi chảy như một cảm giác trong cơ thể."

Đức Phật đã dùng từ *āsava*, có nghĩa là "dòng chảy" hay "say sưa". Giả sử quý vị khởi sinh cơn giận. Một dòng sinh hóa bắt đầu, làm nảy sinh những cảm giác rất khó chịu. Vì những cảm giác khó chịu này, quý vị bắt đầu phản ứng với sự giận dữ. Khi quý vị giận dữ, dòng chảy trở nên mạnh mẽ hơn. Có những cảm giác khó chịu và cùng với chúng, một hóa chất được tiết ra. Khi quý vị giận dữ hơn, dòng chảy càng trở nên mạnh hơn.

Cùng một cách thức như vậy, khi đam mê hay sợ hãi khởi sinh, một loại chất sinh hóa bắt đầu trôi chảy trong máu. Một chu kỳ xấu xa khởi đầu và tự nó lặp đi lặp lại. Có một dòng chảy, một sự say nghiện, ở bề sâu của tâm. Vì vô minh, chúng ta nghiện thích dòng chảy của loại chất sinh hóa đặc biệt này. Mặc dù chúng làm ta đau khổ nhưng ta vẫn nghiện thích. Ta thèm muốn chúng hết lần này đến lần khác. Bởi vậy chúng ta không ngừng khởi sinh hết cơn giận dữ này đến cơn giận dữ khác, hết đam mê này đến đam mê khác, và sợ hãi chồng chất. Chúng ta trở nên nghiện thích bất kỳ sự bất tịnh nào mà chúng ta tạo ra trong tâm. Khi chúng ta nói ai đó nghiện rượu hay nghiện ma túy, thực ra là không đúng. Không có ai nghiện rượu hay nghiện ma túy cả. Sự thật là người ta nghiện những cảm giác do rượu và ma túy tạo ra.

Đức Phật dạy chúng ta quan sát thực tại. Mọi sự nghiện ngập sẽ được giải trừ nếu chúng ta quan sát sự thật về những cảm giác trong cơ thể với sự nhận hiểu rằng: *"Anicca, anicca. Điều này là vô thường."* Dần dần chúng ta sẽ học được cách ngừng không phản ứng nữa.

Dhamma hết sức giản dị, hết sức khoa học, hết sức đúng thật – một luật tự nhiên áp dụng cho mọi người. Phật tử, tín đồ đạo Ấn, đạo Hồi, đạo Cơ Đốc, người Mỹ, người Ấn, người Miến, người Nga hay người Ý – chẳng có gì khác biệt cả, một con người là một con người. Dhamma là khoa học thuần túy về tâm thức, thể chất và sự tương tác giữa cả hai. Không được để Dhamma trở thành tông phái hay niềm tin triết lý. Điều này sẽ chẳng có ích lợi gì cả.

Nhà khoa học vĩ đại nhất thế giới - đức Phật - đã thực hiện công cuộc tìm ra sự thật về sự liên hệ giữa tâm thức và thể chất. Khám phá ra sự thật này, Ngài cũng khám phá được phương cách vượt ra ngoài tâm thức và thể chất. Ngài thăm dò thực tại không phải vì tính tò mò mà là để tìm kiếm một phương cách thoát khỏi khổ đau. Hết thảy mọi chúng sinh đều có quá nhiều khổ đau - hết thảy mọi gia đình, mọi xã hội, mọi quốc gia, toàn thể thế gian này, đều có quá nhiều khổ đau. Bậc Giác Ngộ đã tìm ra một phương pháp để thoát khỏi sự khổ đau này.

Không còn giải pháp nào khác, mỗi cá nhân buộc phải thoát ra khỏi khổ đau. Mọi thành viên trong một gia đình buộc phải thoát khỏi khổ đau. Khi ấy gia đình sẽ trở nên hạnh phúc, bình an và hài hòa. Nếu mọi thành viên trong xã hội thoát khỏi khổ đau, nếu mọi người dân trong một đất nước thoát khỏi khổ đau, nếu mọi người trên thế giới đều thoát khỏi khổ đau, chỉ khi đó mới có hòa bình thế giới.

Không thể có hòa bình thế giới chỉ vì chúng ta mong muốn như thế: "Tôi khát khao hòa bình thế giới, do đó phải có hòa bình." Điều này không xảy ra. Chúng ta không thể khát khao hòa bình. Khi chúng ta khát khao, chúng ta đánh mất sự bình an của chính mình. Bởi vậy, đừng khao khát! Hãy thanh lọc tâm của quý vị. Khi ấy, mọi hành động của quý vị đều sẽ làm tăng thêm sự an bình trong vũ trụ.

Hãy thanh lọc tâm của quý vị. Đó là cách thức để quý vị giúp ích xã hội. Đó là cách thức để quý vị ngừng làm hại người khác và bắt đầu giúp đỡ họ. Khi quý vị tu tập để giải thoát chính mình, quý vị sẽ thấy rằng mình cũng bắt đầu giúp đỡ người khác thoát khỏi khổ đau của họ. Một người trở thành nhiều người – vòng tròn dần dần được mở rộng. Nhưng không có ảo thuật, không có phép mầu. Hãy tu tập cho sự bình an của chính mình, và quý vị sẽ thấy rằng quý vị bắt đầu giúp cho bầu không khí xung quanh quý vị được bình an hơn, với điều kiện là quý vị phải tu tập một cách đúng đắn.

Nếu có bất kỳ phép lạ nào, thì đó chính là phép lạ của sự thay đổi khuôn mẫu thói quen của tâm thức, từ chìm đắm trong khổ đau sang giải thoát khỏi khổ đau. Không có phép lạ nào lớn hơn phép lạ này. Mỗi bước đi hướng về phép lạ này đều là những bước đi lành mạnh và hữu ích. Bất kỳ phép lạ nào khác được nhìn thấy đều là sự trói buộc.

Nguyện cho tất cả quý vị thoát khỏi khổ đau, thoát khỏi ràng buộc. Hãy thọ hưởng bình an thực sự, hòa hợp thực sự, hạnh phúc thực sự.

- S. N. Goenka

Aciraṃ vatayaṃ kāyo,
pathaviṃ adhisessati;
Chuddho apetaviññāṇo,
niratthaṃva kaliṅgaraṃ.

—Dhammapada 3.41

Ôi! Không bao lâu tấm thân xác thịt này,
Sẽ nằm dài trên mặt đất,
Không ai lưu ý đến, hoàn toàn không còn ý thức,
Như một khúc gỗ vô dụng.

Kinh Pháp Cú, Phẩm 3 - Tâm, Kệ số 41.

Không bao lâu thân này,
Sẽ nằm dài trên đất,
Bị vất bỏ, vô thức,
Như khúc cây vô dụng.

Bản dịch của Hòa thượng Thích Minh Châu

148

Lẩn tránh tuệ giác vô thường

Trong nhiều thế kỷ, con người đã phát minh ra vô số những sản phẩm trong nỗ lực nhằm cải thiện vẻ ngoài của cơ thể, che giấu mùi hôi, ngăn chặn sự phân hủy, che giấu những nỗi đau về thể chất cũng như tinh thần. Tất cả đều nhằm tạo ra một ảo tưởng về sự đẹp đẽ, hạnh phúc và thường hằng. Trên thị trường có đủ các thứ đồ trang sức, quần áo thời trang, thuốc nhuộm tóc, đồ trang điểm, kem dưỡng da, thuốc khử mùi hôi, nước hoa, rượu, ma túy... và nhiều thứ khác nữa.

Sự thật về thân thể vật chất này đã bị chôn sâu trong vô thức và sản phẩm do thân này tạo ra chỉ còn là những nắm đất phủ lên quan tài. Đức Phật đã nêu ra sự thật về thân thể vật chất này. Ngài nhận biết qua kinh nghiệm thân chứng sự phân hủy trong từng khoảnh khắc nối tiếp nhau của cơ thể và sự già cỗi nói chung dẫn đến cái chết. Và ngài khám phá ra sự thật về vô thường (*anicca*) trong thân thể chính là chìa khóa dẫn đến Niết-bàn (*nibbāna*).

Tất cả chúng ta đều có những manh mối dẫn đến sự thật này, nhưng luôn lẩn tránh nó. Bởi vì nó làm phơi bày một nỗi sợ hãi sâu sắc bao trùm của sự mất mát, gắn chặt cùng những tham luyến mạnh mẽ của ta, với nhận thức sai lầm về một thân thể thường tồn là trú xứ của bản ngã vĩnh hằng.

Thiền tập Vipassana quán chiếu bản chất thực sự của thân tâm với tính chất thay đổi không ngừng của nó - sự vô thường. Phát triển sự bình tâm đối với thực tại thân tâm này chính là phương tiện dứt trừ sự bám luyến với thân tâm và đưa ta đến giải thoát.

Bài kệ của Ambapālī

Thời Phật còn tại thế, Ambapālī là một kỹ nữ nổi tiếng xinh đẹp tuyệt trần. Bà có một người con trai, về sau trở thành một bậc trưởng lão nổi bật trong Tăng đoàn của đức Phật. Một hôm, bà được nghe người con trai thuyết pháp và xúc động vì chân lý trong bài giảng ấy nên từ bỏ đời sống thế tục để xuất gia làm một vị tỳ-kheo ni. Thông qua việc quán chiếu sự hư hoại của thân thể vốn đã từng một thời xinh đẹp của mình, bà nhận hiểu được lẽ vô thường đến mức độ rốt ráo và chứng quả A-la-hán.

Dưới đây là một số vần kệ được chọn lọc từ bài kệ của bà, mô tả những thay đổi làm chuyển biến thân thể khi tuổi già.[1]

252. Mái tóc xưa đen nhánh,
Như màu đen ong mật,
Mỗi sợi đều uốn cong.
Giờ đây do tuổi già,
Đã trở thành thô xấu,
Như những sợi chỉ gai.
Hoàn toàn đúng như lời,
Đấng Tuyên Thuyết Sự Thật.

253. Bao phủ đầy hoa thơm,
Ôi mái đầu thơm ngát,
Như hộp chứa hương thơm.
Giờ đây do tuổi già,
Hôi hám như lông chó.
Hoàn toàn đúng như lời,
Đấng Tuyên Thuyết Sự Thật.

---

[1] Con số trước các dòng kệ là do người Việt dịch thêm vào để người đọc biết được các đoạn kệ được trích từ kinh văn. Toàn bài kệ gồm các đoạn từ 252 đến 270 nhưng ở đây chỉ chọn trích một số đoạn.

256. Lông mày xưa xinh đẹp,
Cong vút như vầng trăng,
Được họa sĩ khéo vẽ.
Giờ đây do tuổi già,
Rũ xuống xếp thành hàng,
Trên vầng trán nhăn nheo.
Hoàn toàn đúng như lời,
Đấng Tuyên Thuyết Sự Thật.

257. Sáng đẹp như ngọc quý,
Mắt xanh thẳm vuốt dài.
Giờ đây do tuổi già,
Vẻ đẹp đã biến mất.
Hoàn toàn đúng như lời,
Đấng Tuyên Thuyết Sự Thật.

260. Hàm răng trước xinh đẹp,
Trắng nõn như búp non.
Giờ đây do tuổi già,
Vàng ố và gãy rụng.
Hoàn toàn đúng như lời,
Đấng Tuyên Thuyết Sự Thật.

265. Ngực căng tròn xinh đẹp,
Săn chắc và nhô cao.
Giờ đây đã trệ xuống,
Treo như túi nước rỗng.
Hoàn toàn đúng như lời,
Đấng Tuyên Thuyết Sự Thật.

266. Thân thể trước xinh đẹp,
Như vàng lá đánh bóng,
Giờ đây đầy nhăn nheo.
Hoàn toàn đúng như lời,
Đấng Tuyên Thuyết Sự Thật.

269. *Đôi bàn chân xinh đẹp,*
Như bông gòn trắng mịn.
Giờ đây do tuổi già,
Nứt nẻ và nhăn nheo.
Hoàn toàn đúng như lời
Đấng Tuyên Thuyết Sự Thật

270. *Thân này là như thế,*
Nay già suy hư hoại,
Chất chứa bao nỗi khổ.
Như căn nhà cũ kỹ,
Vôi vữa đều tróc rơi.
Hoàn toàn đúng như lời,
Đấng Tuyên Thuyết Sự Thật.

—Khuddaka Nikāya, Therīgāthā 13. 252–270,

(Tiểu Bộ Kinh, Trưởng Lão Ni Kệ, 13. 252 -270)
Amadeo Solé-Leris dịch sang Anh ngữ

Dưới đây là bản dịch của Hòa thượng Thích Minh Châu:

252. *Đen như sắc con ong,*
Tóc dài ta khéo uốn,
Nay biến đổi vì già,
Như vải gai, vỏ cây,
Đúng như lời giảng dạy,
Của bậc nói sự thật.

253. *Thơm như hộp ướp hương,*
Đầu ta đầy những hoa,
Nay biến đổi vì già,
Hôi như lông con thỏ,
Đúng như lời giảng dạy,
Của bậc nói sự thật.

256. *Trước lông mày của ta,*
Chói sáng khéo tô vẽ,
Nay biến đổi vì già,
Nhăn nheo, rơi suy sụp,
Đúng như lời giảng dạy,
Của bậc nói sự thật.

257. *Mắt ta xanh và dài,*
Sáng đẹp như châu báu,
Nay biến đổi vì già,
Hư hại không chói sáng,
Đúng như lời giảng dạy,
Của bậc nói sự thật.

260. *Trước răng ta sáng chói,*
Như búp nụ chuối hoa,
Nay biến đổi vì già,
Bể gãy vàng như lúa,
Đúng như lời giảng dạy,
Của bậc nói sự thật.

265. *Trước vú ta sáng chói,*
Căng thẳng và tròn đầy,
Nay biến đổi vì già,
Trống rỗng treo lủng lẳng,
Như da không có nước,
Trống không, không căng tròn,
Đúng như lời giảng dạy,
Của bậc nói sự thật.

266. *Trước thân ta chói sáng,*
Như giáp vàng đánh bóng,
Nay biến đổi vì già,
Đầy vết nhăn nhỏ xíu,
Đúng như lời giảng dạy,
Của bậc nói sự thật.

269. *Trước chân ta chói sáng,*
Với lông mềm như bông,
Nay biến đổi vì già,
Nứt nẻ đầy đường nhăn,
Đúng như lời giảng dạy,
Của bậc nói sự thật.

270. *Thân này là như vậy,*
Nay già chứa nhiều khổ,
Ngôi nhà đã cũ kỹ,
Vôi trét tường rơi xuống,
Đúng như lời giảng dạy,
Của bậc nói sự thật.

Dvipādakoyaṃ asuci,
duggandho parihārati;
Nānākuṇapaparipūro,
vissavanto tato tato.

Etādisena kāyena,
yo maññe uṇṇametave;
Paraṃ vā avajāneyya
kimaññatra adassanāti.

- Sutta Nipata 1.207-208

Thân nhơ nhớp, hai chân,
Mang đầy mùi hôi hám,
Với bao thứ bất tịnh,
Thải ra qua nhiều lối.
Với thân thể như thế,
Nếu người tự đề cao,
Hay khinh thường người khác,
Còn nguyên do nào khác,
Ngoài lẽ quá ngu si?

- Tiểu Bộ Kinh, Kinh Tập 1. Kệ số 207-208

Thân này với hai chân,
Bất tịnh và hôi thúi,
Đầy xác chết, chảy nước,
Lại được giữ, nâng niu.
Với thân thể như vậy,
Ai lại nghĩ đề cao,
Hay khinh miệt kẻ khác,
Trừ kẻ không thấy gì.

Bản dịch của Hòa thượng Thích Minh Châu

Hỏi Đáp với Thầy Goenkaji – Phần III

Những câu hỏi y đức dành cho y học hiện đại

Câu hỏi: Giả sử, khi cái chết gần kề, một ai đó từ chối nhận thức ăn hay trị liệu. Người ấy biết mình sắp ra đi và cảm thấy không thể chấp nhận cuộc sống kéo dài thêm nữa. Điều đó có thể xem là hành động tự sát chăng?

Trả lời: Một lần nữa, điều đó còn phụ thuộc nhiều yếu tố. Nếu người ấy từ chối ăn uống nhằm mục đích ra đi sớm thì điều đó không đúng. Nhưng nếu người ấy ngừng ăn hay ngưng uống thuốc và nói: "Hãy để tôi chết bình yên, đừng quấy rầy tôi nữa" thì điều đó khác hẳn. Tất cả đều phụ thuộc vào ước nguyện của người đó. Nếu mong muốn được chết nhanh, điều đó sai rồi. Nhưng nếu ước nguyện ra đi an lành thì hoàn toàn khác hẳn.

Câu hỏi: Các bác sĩ phương Tây chữa trị cho bệnh nhân bằng hết khả năng của mình. Tuy nhiên, khi họ quyết định không còn phương cách chạy chữa nào nữa thì sẽ có một cơ chế, theo đó bệnh nhân được phép về nhà và được cung cấp dịch vụ điều dưỡng nhằm giúp bệnh nhân ra đi bình an trong môi trường quen thuộc. Thông thường, tất cả phương pháp trị liệu lúc đó chỉ là cho thuốc giảm đau, chăm sóc ân cần và giúp bệnh nhân được thoải mái mà thôi.

Trả lời: Thật tuyệt vời! Như vậy rất tốt! Cách làm này rất nhân bản. Nếu người ấy sắp mất và cũng không còn cách nào chữa trị nữa, thì tốt hơn nên đưa người ấy về nhà để hưởng bầu không khí trong lành hơn. Hãy tạo ra một môi trường Chánh pháp. Hãy để người ấy ra đi bình an, trong sự thoải mái. Tốt lắm!

Na antalikkhe na samuddamajjhe,
na pabbatānaṃ vivaraṃ pavissa;
Na vijjatī so jagatippadeso,
yatthaṭṭhitaṃ nappasaheyya maccu.

Chẳng phải trên trời cao,
Chẳng phải dưới biển sâu,
Thậm chí cũng chẳng phải trong hang động trên núi cao
Người ta có thể tìm nơi ẩn náu.
Vì không một nơi nào trên thế gian này,
Mà con người không bị cái chết chế ngự.

- Kinh Pháp Cú, Phẩm 9 - Ác, Kệ số 128

Không trên trời, giữa biển,
Không lánh vào động núi,
Không chỗ nào trên đời,
Trốn khỏi tay thần chết.

Bản dịch của Hòa thượng Thích Minh Châu

Đối diện cái chết

Năm 2002, Terrell Jones qua đời vì bệnh ung thư tại nhà riêng ở Copper Hill, Virginia. Tám năm trước đó, ông đã gặp được pháp thiền Vipassana và không bao lâu sau đó, vợ ông, Diane cũng tham gia một khóa thiền. Họ cùng nhau trở thành những thiền sinh nghiêm túc, thiền tập và phục vụ hết khả năng của mình.

Ngay cả việc biết rõ về cái chết của Terrell có thể đến bất cứ lúc nào cũng không ngăn cản được sự phục vụ của hai người. Trong những tuần lễ ngay trước khi mất, Terrell và Diane làm việc trọn thời gian như những nhân viên phụ trách ghi danh cho khóa tu ở một trung tâm không chính thức gần đó.

Hai tuần trước khi Terrell mất, Diane lái xe đưa Terrell đi suốt 12 giờ về hướng bắc đến Trung tâm Thiền Vipassana Dhamma Dharā, ở Massachusetts, nơi ngài Goenkaji và vợ là Mataji đang viếng thăm. Họ muốn bày tỏ lòng tôn kính với hai người và tỏ lòng biết ơn về món quà Vipassana họ nhận được. Trong suốt chuyến đi, Terrell đã là nguồn gợi hứng cho tất cả: không sợ hãi, không hối tiếc, chỉ có sự hân hoan và lòng biết ơn.

Terrell chỉ có 10 tuần lễ để đối diện với không chỉ là bệnh ung thư ở giai đoạn cuối, mà còn là sự mất mát tình yêu thương của ông trong 30 năm qua. Ông cũng phải đối diện với sự thật là ông sẽ không còn nữa để giúp đỡ và an ủi vợ mình.

Khi phải nhìn cơ thể Terrell khô héo dần, Diane cũng có cùng 10 tuần lễ như vậy để học cách đối diện với cái chết của người chồng gắn bó 30 năm qua. Trong tâm trí mình, mỗi ngày bà đều phải đối diện với cái chết của chồng.

Terrell và Diane luôn muốn tìm một phương pháp để giảm nhẹ đi sự luyến ái giữa hai người, để người còn sống sẽ ít đau khổ hơn trước sự mất mát khi người kia chết đi. Và cả hai người đều biết rằng Vipassana chính là phương pháp đó.

Họ thiền tập cùng nhau mỗi ngày, đôi khi trong nhiều giờ. Họ duy trì sự tỉnh giác về các cảm thọ trong nỗi buồn khi họ phải chia xa lâu ngày, và cố giữ sự bình tâm hết mức có thể được trong khi quan sát nỗi đau đớn và sự sợ hãi. Mong ước mãnh liệt của Terrell lúc sắp mất là có được một tâm thức an bình, giữ được trọn vẹn sự bình tâm, với sự tỉnh giác cao độ về những cảm thọ ở thời điểm chết – đó là một mong ước đã được thành tựu.

Trong thời gian ở Massachusetts, Terrell và Diane đã vui vẻ đồng ý trả lời phỏng vấn, chia sẻ những suy nghĩ, cảm xúc của họ về cuộc sống và cái chết đang đến gần của Terrell.

Terrell: Vâng, bà đã biết là tôi bị chứng ung thư mà theo lời bác sĩ thì hy vọng điều trị được rất mong manh. Nhưng đó chỉ là một trò chơi với những con số [về thời gian dài ngắn] mà thôi. Cách đối phó của tôi và Diane là, thực sự mà nói, chúng tôi rất hạnh phúc. Nghe có vẻ ngược đời, nhưng chúng tôi đã xem căn bệnh ung thư này như một món quà, bởi nó cho chúng tôi thấy quá nhiều điều mà trước đây trong cuộc sống hằng ngày chúng tôi không hề nhận biết. Mỗi ngày, chúng tôi càng nhận biết được nhiều hơn những con người, những sự vật mà chúng tôi cảm thấy phải biết ơn. Trước đây, tôi nghĩ, chúng tôi chỉ xem đó là những chuyện đương nhiên mà không trân quý, đặc biệt là đối với những người bạn yêu mến chúng tôi, nhưng chúng tôi lại nhận biết về điều đó quá ít. Giờ thì chúng tôi không có nhiều thời gian còn lại, hay ít nhất theo dự đoán là như thế, nên chúng tôi không còn xem mọi việc là đương nhiên phải vậy. Chúng tôi luôn cảm thấy mình thật quá may mắn với những gì có được.

Bà Virginia: *Anh có lo sợ không?*

Terrell: Không, tôi không lo sợ. Có gì để sợ chứ? Tôi có thể chết trong 30 ngày nữa, tôi không biết chắc. Nhưng tôi cũng có thể không chết trong 30 năm nữa. Ngay cả khi tôi có thêm 30 năm nữa, rồi tôi cũng sẽ không sẵn sàng cho cái chết hơn so với bây giờ. Tôi cũng sẽ trải qua chính xác những gì tôi đang trải qua vào lúc này. Vào lúc này, tôi có một cơ hội là 50/50 để vượt qua cái chết. Hoặc là tôi vượt qua và còn sống, hoặc là tôi sẽ chết. Xác suất là 50/50.

Cái chết là tuyệt đối không thể né tránh. Tất cả mọi người trong chúng ta đều phải chết vào một lúc nào đó. Những người không nhận án tử hình từ y học, họ đang ở ngoài kia. Nhưng họ quá bận rộn, họ không ngồi lại suy ngẫm trong từng giây phút về cái chết. Trong khi tôi không có nhiều việc khác để suy nghĩ, nên có lẽ tôi tập trung suy nghĩ sắc bén hơn so với họ.

Bà Virginia: *Trong trường hợp như thế nào mà anh tìm gặp được pháp thiền Vipassana?*

Terrell: Một buổi tối tôi trò chuyện với một người bạn và than phiền với anh ấy là tôi gặp khó khăn trong giao tiếp. Tôi không thể trò chuyện được với ai cả. Anh ấy nói: "Anh biết không, tôi đã tham gia khóa học này và trong 10 ngày tôi hoàn toàn phải giữ im lặng, gọi là sự Im Lặng Thánh Thiện." Thế là tôi muốn được một mình đi đến đó. Kỳ diệu thay, mặc dù anh bạn này không tiếp tục thực hành sau khi về nhà, nhưng anh vẫn còn giữ được hai tờ thông tin nhỏ, loại được gởi cho những người tò mò muốn tìm hiểu về các khóa thiền. Anh ấy vẫn còn giữ chúng trong túi hành lý. Tôi đọc qua và ngay lập tức muốn đi.

Nhưng có lẽ tôi đã không đi nếu như việc tổ chức các khóa thiền dựa trên căn bản quyên góp. Bởi vì tôi đã tham gia rồi rút khỏi quá nhiều các hội nhóm khác nhau và tôi rất hoài nghi. Cứ mỗi khi tôi tham gia vào một nhóm nào và tìm hiểu sâu hơn về họ, tôi luôn luôn tìm thấy một điều gì đó mang tính thương mại, mang lại lợi nhuận cho một ai đó. Nhưng việc phục vụ các khóa thiền hoàn toàn miễn phí cho tôi thấy ý nguyện của Vipassana là khác biệt. Tôi đã đến trung tâm này chỉ trong vòng 6 tuần sau khi đọc được 2 tờ thông tin.

Khi tôi hoàn tất khóa thiền 10 ngày, tâm trí tôi quay lại với tất cả những vấn đề bất ổn mà tôi đã gặp lúc ở nhà, và thật không tin nổi, chúng không còn tồn tại nữa! Những phản ứng tôi thường có với một số ý tưởng nhất định về gia đình hay bạn bè, tất cả giờ đây không còn nữa. Trong tôi tràn ngập sự tỉnh giác về những gì tôi có, sự biết ơn mà tôi cần phải có với những con người trong cuộc đời tôi, những người đã chịu đựng tính khí của tôi suốt cuộc đời họ. Tôi không đợi được nữa mà nôn nóng gọi điện thoại ngay cho Diane để nói rằng tôi yêu cô ấy nhiều biết bao, và khẩn khoản xin cô ấy dành cho tôi một cơ hội nữa. Không lâu sau đó, Diane cũng tham gia một khóa thiền và từ đó trở đi, bà biết không, chúng tôi tu tập rất chuyên sâu, nhiều lần trong một năm, rất nhiều khóa thiền. Sự hiểu biết của chúng tôi càng sâu sắc hơn. Giải pháp cho tất cả các vấn đề bất ổn của chúng tôi đã được tìm ra: thanh lọc, thanh lọc và thanh lọc.

Vì chúng tôi lúc nào cũng yêu thương nhau rất nhiều, cho nên mục tiêu tu tập của chúng tôi là phải có đủ tuệ giác Vipassana để khi một trong hai chúng tôi đi dần vào cõi chết thì chúng tôi vẫn đủ khả năng vượt qua mà không hoàn toàn suy sụp. Và chúng tôi cực kỳ may mắn khi đã đạt được mục tiêu đó. Trước đây chúng tôi không biết điều này, bà biết đó. Chúng tôi đã không biết là mình đạt được mục tiêu này, cho đến khi sự việc xảy ra. Chúng tôi đã hoàn toàn không biết mình sẽ phản ứng thế nào với việc một trong hai chúng tôi phải đối diện cái chết, không biết gì cả. Và khi điều đó xảy ra, chúng tôi phát hiện rằng toàn bộ những hiểu biết mới về bản chất cái chết đã bám rễ ở mức độ rất sâu trong chúng tôi. Bên dưới bộ óc lý trí, sâu trong tầng vô thức, có điều gì đó đã mất đi, đã được thanh lọc nhờ công phu tu tập Vipassana.

Với kinh nghiệm này, chúng tôi đang sống cùng với cái chết ngay trong lúc này, tôi không thể nói chính xác... Tôi thực sự không thể nói ra bằng lời là những gì đã [được thanh lọc] không còn nữa. Nhưng bất kể điều gì đã từng khiến tôi có phản ứng sợ sệt với ý nghĩ về cái chết thì nay đã không còn nữa. Tôi không thể giải thích gì, trừ ra việc là bằng cách nào đó mà tất cả những năm tháng tu tập thiền đã xóa bỏ được điều đó, đã dứt trừ bất ổn đó đến tận gốc rễ. Điều đó thật tuyệt vời.

Bà Virginia: *Về phần cô Diane, cô đã đối phó với bản thân, với những cảm giác của mình như thế nào khi nhìn thấy Terrell đau đớn dữ dội? Làm thế nào cô chịu đựng được việc mình bất lực không thể giúp giảm nhẹ nỗi đau ấy? Về mặt thể chất, cô có giúp gì được bằng cách nào khác hay không?*

Diane: Với chứng ung thư này, Terrell thường phải trải qua sự khó chịu cực kỳ. Tôi hết lòng yêu thương anh ấy nên luôn mong muốn có thể giúp đỡ anh trong những lúc đau đớn ấy. Nhưng có rất nhiều lần tôi không thể làm được điều đó. Tôi cố sửa đổi tư thế nằm của anh ấy cho được thoải mái hơn và cho anh ấy dùng thuốc để giảm bớt cơn đau, nhưng thường thì chẳng hiệu quả gì. Có nhiều lúc tôi nghĩ: "Trời ơi, còn chuyện gì khác tôi có thể làm được nữa đây?"

Tôi muốn giúp anh ấy, nhưng thực tế tôi không thực sự làm được gì nhiều về mặt thể chất. Đó chính là chỗ mà thiền tập hữu ích. Tôi thường nói: "Terrell, chúng ta hãy chú tâm vào hơi thở, chúng ta hãy chú tâm vào cảm giác." Anh ấy sẽ chú tâm vào cơn đau của mình, còn tôi chú tâm vào cơn đau của tôi.

Cơn đau của tôi là cảm giác vô dụng, nhưng rồi điều đó vẫn luôn thay đổi. Đó là vô thường. Nó thay đổi từ khoảnh khắc này sang khoảnh khắc khác. Đôi khi tôi có cảm giác muốn giúp đỡ nhưng không giúp được gì, và chính vào lúc đó sức mạnh trong tôi trỗi dậy. Sức mạnh ấy đến từ bên trong, từ nhiều năm thiền tập, trở nên tỉnh giác về những gì đang xảy ra trong khoảnh khắc hiện tại và bình tâm với điều đó – có một tâm quân bình và nhận thức rõ về vô thường (anicca).

Cho nên, khi thời điểm đến tôi chú tâm vào hơi thở, vì đó là nơi Goenkaji gọi là "những núi lửa nhỏ" sẽ bùng lên. Tôi có thể cảm nhận được chúng đang đến, và khi chúng đến, tôi chú tâm vào hơi thở của mình, tôi chú tâm vào những cảm giác. Đôi khi, thậm chí tôi có thể khóc. Khi nước mắt tuôn tràn, tôi cảm nhận chúng nóng bỏng trên mặt tôi. Tôi chú tâm vào đó. Tôi chú tâm vào những giọt nước mắt đang rơi. Tôi chú tâm vào chỗ nghẹn lại nơi cổ họng. Khi tôi cảm nhận mọi cảm giác trên khắp cơ thể, sự khó chịu giảm nhẹ đi. Tôi có thể giúp anh ấy nhiều hơn qua việc anh ấy thấy được cách này có hiệu quả, và khi anh ấy thấy được như vậy, anh ấy chú tâm nhiều hơn. Đó là một sự hợp tác. Nó hiệu quả theo cả hai chiều. Khi anh ấy thấy tôi khó chịu, anh ấy cũng làm giống như vậy để giúp tôi.

Bà Virginia: *Hiện giờ có lẽ nhiều người cho rằng cô đang ở vị trí khó khăn hơn, bởi cô chính là người ở lại [sau khi Terrell mất].*

Diane: Tôi biết điều đó, lúc nào tôi cũng nghe họ nói vậy. "Cô là người chăm sóc, và người còn ở lại sẽ phải khó khăn hơn nhiều." Thế nhưng, như tôi đã nói lúc nãy, sự tu tập đã cho chúng tôi sức mạnh và sự hiểu biết về vô thường (anicca) – thay đổi, thay đổi và thay đổi. Khi anh ấy ra đi, tôi sẽ có sức mạnh từ sự tu tập của mình, sức mạnh từ Vipassana, và tâm từ (mettā) cũng như tình yêu. Tất cả những người đã giúp đỡ chúng tôi qua nhiều năm, và sự tu tập mang lại cho tôi sức mạnh. Tôi cũng biết ơn Vipassana đã đi vào cuộc đời tôi qua anh ấy. Chúng tôi đã trưởng thành, chúng tôi đã trưởng thành với một hiểu biết vượt ngoài ngôn ngữ. Tôi không thể diễn đạt điều đó.

Chúng tôi đã thiền tập cùng nhau mỗi ngày, kể từ ngày bắt đầu. Chúng tôi không bao giờ dao động. Thiền tập bao giờ cũng là một phần quan trọng trong cuộc đời chúng tôi. Khi chúng tôi lớn tuổi hơn, việc phục vụ [trong các khóa thiền] cũng trở nên rất quan trọng. Trong mấy năm gần đây, chúng tôi đã quyết định sẽ dành trọn phần đời còn lại chỉ để phục vụ [trong các khóa thiền] và thiền tập. Điều đó không chỉ giúp truyền rộng Dhamma mà cũng giúp chúng tôi củng cố sự thiền tập của mình. Sự tu tập hằng ngày và tâm nguyện của chúng tôi trở nên mạnh mẽ.

Bà Virginia: *Terrell, anh có thể nói về việc phục vụ [trong các khóa thiền]?*

Terrell: Phục vụ [trong khóa thiền] cũng tuyệt vời như thiền tập Vipassana vậy. Việc phục vụ tự nó cũng là một khóa thiền khác. Tôi đã tham gia khóa phục vụ 20 ngày hồi năm ngoái. Tôi đã thấy yêu thích việc phục vụ những khóa dài ngày. Bạn đến đó phục vụ mỗi ngày. Bạn làm điều đó vì bạn biết ơn những gì bạn nhận được, và bạn muốn chia sẻ đến với người khác. Cảm giác muốn phục vụ người khác là một cảm giác tốt đẹp – giúp nâng cao tâm hồn và hết sức mãn nguyện. Bạn biết rằng bạn đang hiến tặng thời gian của mình để người khác có thể thực hành Vipassana, nhưng quà tặng mà những người phục vụ nhận lại cũng giá trị không kém, nếu không muốn nói là còn giá trị hơn nữa. Thật tuyệt vời khi nhìn ra thấy cả rừng người đang thiền tập và biết rằng bạn phải là một phần trong đó để điều này có thể được thực hiện. Hết thảy mọi người đang hiện diện ở đó, từ vị thầy hướng dẫn cho đến người lau dọn nhà vệ sinh đều là cần thiết – họ chỉ có chức năng khác nhau thôi. Một số công việc đòi hỏi sự rèn luyện nhiều hơn những công việc khác, nhưng nếu không có những người phục vụ, khóa tu không thể diễn ra.

Bà Virginia: Làm thế nào anh tìm được sự quân bình giữa những nỗ lực giành lại sự sống và việc đạt đến một sự điềm nhiên chấp nhận kết luận y khoa này?

Terrell: Tôi tự thấy mình trong tình cảnh mắc bệnh ung thư giai đoạn cuối. Nói ra thật lạ lùng, tôi chưa bao giờ thực sự nghĩ đến việc bản thân mình bị ung thư giai đoạn cuối. Trong các tài liệu y khoa và trong tất cả những liệu pháp thay thế mà tôi đã từng đọc qua, nếu tìm thấy được một điều gì có hiệu quả, hoặc có vẻ như có hiệu quả, được khen ngợi là hữu ích, hoặc đã từng hữu ích trước đây, tôi đều thử qua. Nhưng tôi không bám víu vào những thứ đó, vì tôi không sợ chết. Tôi sẽ chết bây giờ, hoặc 10 năm nữa, 20 năm, 30 năm nữa – đều là tôi sẽ chết. Không có giải pháp nào né tránh được sự thật là tôi sẽ chết. Vì thế, tôi không tuyệt vọng khi một giải pháp nào đó không hiệu quả. Bây giờ nó không cần phải có hiệu quả. Nếu nó có hiệu quả thì thật tuyệt: Tôi và Diane sẽ có thêm nhiều thời gian để thiền tập và phục vụ. Nếu nó không hiệu quả, cũng thật tuyệt: Chúng tôi có thời gian tuyệt vời này ở bên nhau. Chúng tôi cùng nhau đến với Dhamma. Tất cả những điều tuyệt vời này đã đến với chúng tôi. Chúng tôi tràn ngập sự biết ơn. Chúng tôi vẫn sẽ hạnh phúc bất kể điều gì xảy ra.

Sau khi Terrell qua đời được một tháng, Diane trở lại Massachusetts để thiền tập. Cô ấy kể lại những kỷ niệm lúc anh qua đời và thời gian trước đó.

Diane: Vào buổi sáng anh ấy mất, chúng tôi đã thức dậy và thiền tập. Lát sau, trong khi tôi đang nói điện thoại với một người bạn, tôi nghe Terrell gọi: "Diane, em cần phải đến đây bây giờ." Tôi đáp "vâng" và ngắt điện thoại. Khi tôi đến bên cạnh, Terrell nói: "Đến giờ rồi." Một lần nữa tôi nói "vâng".

Chúng tôi trò chuyện một chút và anh ấy hỏi: "Phải chắc chắn là anh đang làm đúng. Anh đang làm đúng chứ, em yêu?" Tôi trấn an anh ấy: "Đúng, anh đang làm đúng mà."

Anh ấy rất tỉnh giác, anh ấy bắt đầu tỏa sáng. Màu da anh ấy thay đổi, anh ấy đúng là đang tỏa sáng! Một người bạn lúc ấy ở bên tôi, nhìn anh ấy và xác nhận: "Anh ấy đang tỏa sáng." Anh ấy đang tràn ngập tình yêu, tràn ngập lòng bi mẫn, và Dhamma như vừa hiện hữu... bạn có thể thấy, anh ấy đang tỏa sáng. Anh ấy hoàn toàn đắm mình trong ánh sáng.

Anh ấy bảo tôi: "Tốt rồi, em yêu. Em sẽ không sao đâu." Anh ấy không hề sợ hãi. Anh ấy tỉnh giác nhận biết mọi thứ chung quanh mình. Anh ấy nhìn tôi và nói: "Em yêu, anh không nhìn thấy được nữa. Giờ đã đến lúc rồi." Anh ấy hơi nhếch môi chờ đợi một nụ hôn của tôi. Tôi hôn anh.

Vào lúc ấy, đó là tất cả những gì tôi có thể làm – để cảm ơn anh ấy đã cho tôi món quà Dhamma tuyệt diệu này. Không thực sự khó để buông xả vì Dhamma tràn ngập quanh đây; Dhamma đang hiện hữu. Tôi không cảm thấy bám giữ.

Trước khi mất, anh ấy bắt đầu tụng kệ. Anh không cần phải lấy hơi để thở. Đó là những hơi thở rất bình an và tuyệt vời, tràn ngập tình yêu thương, tràn ngập lòng bi mẫn với cả thế giới này. Tôi không còn là "tôi", không có "cái tôi", không có "cho tôi", không có gì "của tôi". Khoảnh khắc ấy vô cùng thanh khiết. Tôi đã hoàn toàn quy thuận Dhamma.

Chúng tôi đã từng hết sức luyến ái nhau và biết rằng điều đó là không tốt. Chúng tôi đã hy vọng rằng Vipassana sẽ chỉ ra cho chúng tôi phương pháp vượt qua điều đó. Tôi vẫn thường tự hỏi liệu phương pháp ấy có thực sự hiệu quả không khi thời khắc cuối cùng sẽ đến. Và nó đã thực sự hiệu quả. Tôi đã mất đi người yêu của đời tôi, người bạn thân thiết nhất của tôi, người dẫn dắt cuộc đời tôi. Tôi để anh ấy ra đi. Tôi không thấy dính mắc hay cố bám giữ lấy anh ấy. Thậm chí tôi không hề phải nghĩ đến điều đó. Mọi việc chỉ đơn giản xảy ra theo cách như vậy. Đó không chỉ là một niềm vui, đó là một niềm vinh hạnh khi được ở bên anh ấy và cùng trải qua kinh nghiệm này với anh ấy, được giúp đỡ anh ấy đi qua những giây phút cuối cùng. Trong tôi tràn ngập niềm vui. Thật rất khó giải thích.

Khi anh ấy trút hơi thở cuối cùng, một luồng năng lượng chạy khắp người tôi mà tôi thực sự không thể giải thích. Chỉ biết nó chạy khắp người tôi, một năng lượng tốt lành. Tôi cảm thấy dễ chịu, và tôi biết khoảnh khắc đó anh ấy đã ra đi – từ sự sống đến cái chết.

Chính vào lúc ấy, một điều gì đó bỗng trở nên rõ ràng đối với tôi. Cuối cùng tôi đã hiểu – 9 năm thiền tập, tỉnh giác về mọi cảm giác và bình tâm với hiểu biết về vô thường (anicca) – mọi việc trở nên rõ ràng với tôi, hết sức rõ ràng: Đây là vô thường. Chính là như vậy.

Trái tim tôi rộng mở. Tôi không còn là Diane. Tôi hoàn toàn sống trong khoảnh khắc hiện tại với sự nhận hiểu trọn vẹn về vô thường (anicca), sự không thường hằng của mọi thứ. Tôi hoàn toàn không còn bám víu vào mọi thứ, và tôi tràn ngập niềm vui đến nỗi anh ấy có thể trao đến cho tôi món quà của sự nhận hiểu về khoảnh khắc này. Tôi sẽ giữ lấy điều này mãi mãi và tôi hy vọng có thể chia sẻ với người khác.

Sau khi Terrell trút hơi thở cuối cùng trong cuộc đời này, đã có những giọt nước mắt, nhưng không có đau thương – chỉ có niềm vui tràn ngập. Thật rất khó giải thích điều đó, vì mọi người đều cảm thấy rằng, khi bạn vừa mất đi người yêu của đời mình, bạn phải hoàn toàn bị nhấn chìm. Nhưng trong tôi lại tràn ngập tâm từ (*mettā*).

Vài giờ sau khi Terrell mất, người ta đưa anh ấy đến nhà tang lễ. Tôi ngồi một mình trên ghế trong phòng khách, nhìn quanh tất cả những đồ vật của anh và nhận ra rằng thứ duy nhất anh ấy mang theo chính là Dhamma.

Trong một lúc lâu, tôi không thể đưa ra quyết định gì. Tôi có thể đi làm việc gì đó nhưng chỉ đứng lặng như thể đang chờ đợi anh ấy. Chúng tôi luôn cùng nhau đưa ra các quyết định, dù là quyết định nhỏ nhặt nhất. Sự gắn bó này chính là điều khiến người ta cảm thấy thiếu vắng khi họ đã từng sống chung với ai đó trong một thời gian dài. Có một khoảng trống vắng rất khó để vượt qua.

Từ sau cái chết của Terrell, đã có những giọt nước mắt và những khoảnh khắc đau thương. Tôi nhớ anh ấy, nhưng vì tôi có thiền tập, tôi có thể ngồi lên gối thiền. Tôi ngồi đó và chú tâm vào hơi thở - ngay cả khi nước mắt chảy xuống ướt đẫm hai gò má – tôi quan sát nỗi cô đơn, đau buồn, sự trống vắng và nỗi đau trong tim, cảm thấy xót thương cho chính mình. Tôi chỉ quan sát và để cho mọi việc cứ tự nhiên diễn ra.

Jarā vyādhi se mauta se,
lade akelā eka.
Koī sātha na de sake,
parijana svajana aneka.

- Hindi doha, S.N. Goenka

Tuổi già, bệnh tật và cái chết,
Chúng ta đều phải một mình đối diện.
Cho dù gần gũi, thân thiết đến đâu,
Cũng không ai có thể chia sẻ cùng ta những điều này.

- Thi kệ (doha) Hindi, S.N. Goenka

S.N. Goenka
1924–2013

Bảy mươi năm đã qua

Sau đây là bản dịch một bài viết của ngài Goenkaji, ban đầu được đăng trên Bản tin Vipassana bằng tiếng Hindi (Hindi Vipa   hyana Patrika), số tháng 2 năm 1994.

Cuộc đời tôi đã trải qua 70 mùa thu. Ai biết được sẽ còn lại bao nhiêu mùa thu nữa? Làm thế nào để thời gian còn lại có thể được sử dụng tốt nhất? Mong cho sự tỉnh giác này luôn được duy trì.

Trong dịp này, tôi chợt nhớ đến những lời dạy đầy lợi lạc của đức Phật. Những lời này được ngài nói ra ở thành Xá-vệ (*Sāvatthī*), trong vườn Kỳ thọ Cấp-cô-độc (*Anāthapiṇḍika's Jetavanarāma*).

Vào lúc đêm tối, một vị thiên tử cõi trời đến gặp Phật. Vị này bày tỏ những cảm nghĩ của mình với đức Phật qua hình thức một bài kệ bốn câu:

> *Accenti kālā, tarayanti rattiyo*
> *Vayoguṇā anupubbaṃ jahanti*
> *Etaṃ bhayaṃ maraṇe pekkhamāno*
> *Puññāni kayirātha sukhāvahāni*

(Thời gian trôi qua, đêm tối trôi qua.
Đời sống trôi dần đến sự chấm dứt.
Quán sát nỗi sợ cái chết đang đến gần,
Hãy thực hành thiện hạnh để được thiện quả tốt đẹp.)

Ai đó đã nói rất đúng: "Sáng tối thấm thoắt thay nhau, đời sống này cũng chấm dứt nhanh như vậy." Vì thế, đừng để kiếp người quý báu này luống qua vô ích. Thực hành thiện hạnh mang đến thiện quả, ngay cả khi ta làm điều đó chỉ vì nỗi khiếp sợ cái chết đang đến gần. Nếu ta làm những điều hiền thiện, chúng sẽ mang lại hạnh phúc. Nếu ta làm những điều xấu ác, chúng sẽ mang đến khổ đau. Đây là quy luật tự nhiên không thể chống lại. Vì vậy, để tránh khổ đau và được hưởng hạnh phúc, tốt hơn hết là hãy làm những điều tốt lành và không làm những việc xấu ác.

Chúng ta không thể biết được bao lâu ta đã từng bị nghiền dưới bánh xe luân hồi không ngừng thay đổi, không biết được mức độ hạnh phúc và khổ đau trong đời sống thế gian này, cũng không biết được vòng xoay của những hạnh phúc và khổ đau này sẽ tiếp tục bao lâu nữa trong tương lai.

Đức Phật đã khám phá ra một con đường đơn giản và trực tiếp để giải thoát hoàn toàn khỏi vòng xoay sinh tử này và tạo điều kiện dễ dàng cho bất cứ ai cũng có thể đi theo con đường ấy. Ngài dạy mọi người phương pháp Vipassana dẫn đến sự giải thoát. Bằng cách thực hành phương pháp này, người ta có thể tự cứu mình thoát khỏi vòng sinh tử luân hồi và đạt đến hạnh phúc vĩnh hằng, bất biến, tối thượng của Niết-bàn tịch tịnh - *nibbānaṃ paramaṃ sukhaṃ* – niềm an lạc tối thượng của Niết-bàn – tuyệt đối siêu việt hết thảy mọi niềm vui thế tục.

Nhưng sự giải thoát này chỉ có thể đạt đến sau khi đã dứt trừ được thói quen buông thả chạy theo những dục lạc thế gian. Và đây chính là điều mà Vipassana giúp chúng ta làm được: dứt trừ những hành nghiệp (*saṅkhāra*) tầng tầng lớp lớp của tham lam và sân hận vốn nằm sâu trong ý thức của chúng ta. Vipassana giúp trừ bỏ những hành nghiệp của sự tham muốn dục lạc và chán ghét khổ đau. Vipassana xóa bỏ thói quen lâu đời của sự phản ứng mù quáng.

Khi sự tham muốn dục lạc vẫn còn thì sự chán ghét sẽ tiếp tục khởi sinh đối với những khổ đau thế tục. Do tham muốn và chán ghét nên bánh xe sinh tử sẽ tiếp tục luân chuyển. Chỉ khi bánh xe sinh tử bị phá vỡ thì mới có thể đạt đến sự an lạc tối thượng, [vì sự an lạc này] vốn là siêu thế - vượt ngoài thế tục, vượt ngoài luân hồi, vượt ngoài phạm trù các giác quan. Chính vì mục đích như thế mà đức Phật đã giảng dạy phương pháp Vipassana thiết yếu này.

Vì vậy, sau khi nghe qua bài kệ, đức Phật liền thay đổi dòng kệ thứ tư:

Lokāmisaṃ pajahe santipekkho

(Người mong cầu an lạc tối thượng phải từ bỏ sự tham muốn những hạnh phúc thế tục.)

Chỉ bằng cách nỗ lực nhiệt thành thực hành phương pháp Vipassana chúng ta mới có thể trừ bỏ được những tham muốn thế tục. Trong khi thực hành Vipassana, thiền sinh phải duy trì sự tỉnh giác về cái chết chắc chắn phải đến của mình, nhưng không mảy may sợ hãi. Bất cứ khi nào cái chết xảy đến, ta phải liên tục chuẩn bị đón nhận với một tâm thức bình thản.

Vào sinh nhật của mình, một thiền sinh chắc chắn phải xem xét lại quá khứ. Người ấy phải khởi lên quyết tâm mạnh mẽ không bao giờ lặp lại những lỗi lầm đã mắc phải, và tiếp tục thực hành những thiện hạnh trong suốt phần đời còn lại của mình. Thiện hạnh quan trọng nhất là sự thực hành phương pháp giải thoát Vipassana. Hãy tinh tấn thực hành Vipassana. Đừng xao nhãng. Sự thực hành của hôm nay đừng hoãn lại đến ngày mai. Hãy để những lời Phật dạy sau đây vang vọng mãi bên tai như một lời cảnh giác:

Ajjeva kiccamātappaṃ
Kojaññā maraṇaṃ suve

Hãy thực hành ngay công phu thiền định của hôm nay.
(Đừng trì hoãn.) Ai biết được, cái chết có thể đến vào ngày mai.

Chúng ta không mời gọi cái chết, nhưng khi nó đến cũng không cần sợ hãi. Chúng ta hãy chuẩn bị sẵn sàng trong từng giây phút.

Thỉnh thoảng, chúng ta nên thực hành pháp *tử tùy niệm* (*maraṇānusati* - tỉnh giác về cái chết). Theo kinh nghiệm của riêng tôi, điều này rất lợi lạc. Khi thực hành pháp tu này, chúng ta nên tự quán xét tâm ý mình: "Nếu ta chết vào sáng mai, phẩm chất của tâm thức ta trong giây phút cuối cùng sẽ như thế nào? Liệu có còn bất kỳ sự bám chấp nào không, ngay cả là bám chấp vào việc hoàn tất một pháp sự nào đó? Bất cứ khi nào hành nghiệp mãnh liệt của một cảm xúc nào đó khởi sinh trong tâm thức, chúng ta nên lập tức thực hành pháp *tử tùy niệm* này và nhận hiểu: "Nếu ta chết đi ngay vào giây phút tiếp theo đây, cảm xúc này sẽ làm chệch hướng dòng tâm thức tái sinh theo khuynh hướng đáng sợ nào?" Ngay khi sự tỉnh giác này khởi sinh, ta dễ dàng thoát khỏi cảm xúc đó.

Còn một lợi ích khác nữa của việc thỉnh thoảng thực hành pháp *tử tùy niệm*. Chúng ta suy nghĩ: "Ai biết được ta trôi lăn trong luân hồi đã bao kiếp sống rồi? Kiếp này, nhờ kết quả của thiện nghiệp nào đó, ta đã có được thân người quý giá này, ta cũng gặp được Chánh pháp thuần tịnh, ta đã phát triển được niềm tin vào Chánh pháp, thoát ra khỏi những tập tục, lễ nghi, triết lý vô nghĩa và vượt qua rào chắn phân biệt tông phái. Thế nhưng ta đã được lợi lạc gì từ những điều này?"

Sau khi có sự suy xét đánh giá như vậy, bất kỳ khiếm khuyết nào được nhận biết, ta sẽ phát triển được nhiệt tâm để tu sửa. Liệu cái chết sẽ đến vào sáng mai hay sau trăm mùa thu nữa, ta không biết. Nhưng bất kể ta còn phải sống bao nhiêu ngày nữa, ta sẽ sử dụng thời gian này để hoàn thiện các ba-la-mật (*pāramitā*) với một tâm mãn nguyện và làm cho cuộc đời ta đầy ý nghĩa. Bất kỳ kết quả như thế nào, cứ để chúng xảy đến. Bất kỳ khi nào chúng đến, cứ để chúng xảy đến. Và ta sẽ phó thác cho Dhamma. Về phần ta, với nỗ lực tốt nhất trong khả năng của mình, ta sẽ vận dụng tốt thời gian còn lại trong cuộc sống quan trọng này.

Với mục đích này, chúng ta hãy ghi nhớ mãi những lời khuyến hóa của đức Phật:

Uttiṭṭhe nappamajjeyya dhammaṃ sucaritaṃ care.

(*Hãy nỗ lực! Sống đời Chánh pháp với tinh cần.*)

Cứ tiếp tục sống đời Chánh pháp thì kết quả tự nhiên sẽ là lợi lạc.

—S.N. Goenka

Tumhehi kiccaṃātappaṃ,
akkhātāro tathāgatā; paṭipannā pamokkhanti, jhāyino
mārabandhanā.

—Dhammapada 20.276

Tự mình phải nỗ lực.
Bậc giác ngộ chỉ là người chỉ đường.
Người thực hành thiền định sẽ tự cứu mình
thoát khỏi xiềng xích của cái chết.

—Kinh Pháp cú, phẩm 20, kệ số 276

Sabbapāpassa akaranaṃ,
kusalassa upasampadā;
sacittapariyodapanaṃ,
etaṃ buddhāna sāsanaṃ.

—Dhammapada 14.183

Không làm các việc ác,
Thành tựu các hạnh lành.
Giữ tâm ý trong sạch,
Chính lời chư Phật dạy.

—Kinh Pháp cú, phẩm 14, kệ số 183

Đức Phật không dạy pháp khổ đau. Ngài chỉ dạy con đường dẫn đến hạnh phúc. Nhưng ta phải nỗ lực hết sức mình bước đi không do dự. Cho dù chân đau mỏi, đừng bỏ cuộc. Hãy biết rằng những bậc trí giả trong quá khứ đều đã bước đi trên chính con đường này.

—Venerable Webu Sayadaw

Phụ lục

Nghệ thuật sống: Thiền Vipassana

Dựa trên bài nói chuyện trước công chúng của ngài S. N. Goenka ở thủ đô Bern, Switzerland (Thụy Sĩ).

Ai ai cũng tìm cầu sự bình an và hòa hợp, vì đó là những gì ta thiếu thốn trong cuộc sống. Thỉnh thoảng, mỗi người trong chúng ta đều có những lúc trải qua các tâm trạng bực dọc, cáu giận hay bất hòa. Và khi phải chịu đựng những nỗi khổ này, chúng ta không chỉ riêng mình gánh chịu mà thường lây lan sang người khác. Nỗi khổ đau lan tỏa vào bầu không khí bao quanh người đau khổ, và những ai tiếp xúc với họ đều chịu ảnh hưởng. Chắc chắn, đây không phải là một cách sống khôn ngoan.

Chúng ta phải tự mình sống an ổn và hòa hợp với người khác. Xét cho cùng, con người là những động vật mang tính xã hội, luôn phải sống hợp thành xã hội và ứng xử với nhau. Nhưng làm sao để ta có thể sống an bình? Làm sao ta có thể giữ được sự an ổn bên trong và duy trì sự an ổn, hài hòa quanh ta để những người khác cũng có thể sống bình an và hòa hợp?

Để dứt trừ khổ đau, chúng ta phải biết được nguyên do căn bản của việc này, nguyên nhân gây khổ đau. Nếu ta cứu xét vấn đề, ta sẽ thấy rõ rằng bất cứ khi nào ta bắt đầu khởi sinh bất kỳ ý niệm tiêu cực hay bất tịnh trong tâm thức, chúng ta chắc chắn sẽ trở nên đau khổ. Sự tiêu cực trong tâm thức, phiền não hay bất tịnh đều không thể đồng thời tồn tại với sự bình an và hòa hợp.

Chúng ta bắt đầu hình thành sự tiêu cực như thế nào? Một lần nữa, bằng sự suy xét ta sẽ thấy rõ. Chúng ta không vui khi thấy có ai hành xử theo cách ta không thích, hay khi có điều gì xảy ra mà ta không thích. Khi xảy ra những điều không mong muốn, ta hình thành sự căng thẳng trong ta. Khi những điều ta mong muốn gặp phải chướng ngại nào đó và không xảy ra, một lần nữa ta lại cũng hình thành sự căng thẳng trong lòng. Chúng ta bắt đầu tạo thành những gút thắt trong tâm. Và trong suốt cuộc đời, những điều không mong muốn cứ tiếp tục xảy ra. Những điều ta mong muốn thì lúc được lúc không, và tiến trình phản ứng, tiến trình tạo thành những gút thắt– những gút thắt hầu như không thể tháo gỡ - đã khiến cho toàn bộ cấu trúc thân tâm của ta quá căng thẳng, quá nhiều tiêu cực, đến nỗi cuộc sống trở thành đau khổ.

Như vậy, có một cách để giải quyết bất ổn này là phải thu xếp sao cho không có điều gì không mong muốn xảy ra trong cuộc đời, sao cho mọi chuyện luôn xảy ra hoàn toàn đúng như ta mong muốn. Hoặc là ta phải phát triển được quyền năng đó, hoặc một người nào khác đến giúp chúng ta và phải có được quyền năng đó, để luôn thấy rằng những điều không mong muốn thì không xảy ra và mọi việc ta mong muốn đều phải xảy ra. Nhưng điều này là bất khả thi! Không có ai trên cõi đời này luôn luôn được thỏa mãn mọi điều mong muốn, luôn thấy mọi việc trong đời xảy ra theo đúng ý mình và không gặp bất kỳ chuyện không mong muốn nào. Sự việc thường xuyên xảy ra trái ngược với mong muốn và ao ước của chúng ta.

Cho nên, câu hỏi nêu lên ở đây là: Làm thế nào ta có thể dừng lại sự phản ứng mù quáng khi đối mặt với những những điều ta không ưa thích? Làm thế nào ta có thể dừng lại sự hình thành căng thẳng, duy trì sự bình an và hòa hợp?

Ở Ấn Độ cũng như nhiều nước khác, những bậc thánh nhân thông thái đã nghiên cứu vấn đề này – vấn đề khổ đau của con người – và tìm ra một giải pháp. Khi có điều trái ý xảy ra và quý vị phản ứng bằng sự tức giận, sợ hãi hay bất kỳ ý niệm tiêu cực nào khác, thì ngay tức thời quý vị nên chuyển sự chú tâm vào một điều gì khác. Chẳng hạn như đứng dậy, đi lấy một ly nước và uống nước... Như vậy, sự tức giận của quý vị sẽ không gia tăng. Ngược lại, nó sẽ bắt đầu giảm xuống. Hoặc quý vị cũng có thể bắt đầu đếm một, hai, ba, bốn... hoặc bắt đầu tụng đọc một câu kinh, câu chú, hoặc niệm danh hiệu một vị thần thánh mà quý vị tín ngưỡng. Tâm thức sẽ chuyển hướng và trong một chừng mực nào đó, quý vị sẽ thoát khỏi những ý niệm tiêu cực, thoát khỏi cơn giận.

Giải pháp này đã từng rất hữu ích, rất có hiệu quả. Và cho đến nay nó vẫn có hiệu quả. Khi phản ứng bằng cách này, tâm thức không bị khích động. Tuy nhiên giải pháp này chỉ hiệu quả ở tầng ý thức. Trên thực tế, bằng cách chuyển sự chú tâm, ta đẩy sự tiêu cực đi sâu hơn vào tầng vô thức và ở đó ta vẫn tiếp tục tạo thành và gia tăng cũng chính những phiền não đó. Trên bề mặt tâm thức là một lớp mỏng an ổn, hài hòa, nhưng sâu vào bên trong là một núi lửa đang ngủ yên, đầy những tiêu cực bị dồn nén và không sớm thì muộn cũng sẽ bùng lên dữ dội.

Có những vị khác nghiên cứu sự thật về nội tâm đã tìm hiểu sâu rộng hơn, và bằng cách chứng nghiệm sự thật về tâm, thân ngay trong con người của họ và nhận ra rằng, chuyển sự chú tâm chỉ là một cách tránh né vấn đề. Tránh né không phải là giải pháp, quý vị phải đối diện với vấn đề. Bất cứ khi nào phiền não khởi sinh trong tâm, cứ quan sát nó, đối diện với nó. Ngay khi quý vị bắt đầu quan sát một ý niệm bất tịnh, nó sẽ giảm cường độ và từ từ biến mất.

Đây là một giải pháp rất tốt, tránh được cả hai cực đoan: đè nén và biểu lộ. Chôn vùi ý niệm tiêu cực trong vô thức sẽ không loại trừ được nó, còn để nó biểu lộ thành những hành vi hay lời nói bất thiện thì chỉ tạo thêm bất ổn. Nhưng nếu quý vị chỉ quan sát thì phiền não sẽ đi qua và quý vị loại trừ được nó.

Điều này nghe qua rất tuyệt, nhưng liệu có thực tiễn không? Thật không dễ đối diện với những bất tịnh của chính mình. Khi sân hận nổi lên, nó chế ngự ta nhanh đến nỗi ta thậm chí còn không kịp nhận ra nó. Và rồi, bị thúc đẩy bởi sân hận, chúng ta có những hành động và lời nói gây tổn hại đến chính mình và người khác. Sau đó, khi cơn giận đã trôi qua, chúng ta khóc lóc, hối hận, cầu xin sự tha thứ từ người này người nọ, hoặc từ Thượng đế: "Ôi, con đã phạm lỗi, xin tha thứ cho con." Nhưng rồi lần tới, khi gặp một tình huống tương tự, ta lại phản ứng theo cách y hệt như thế. Cứ hối lỗi mãi như vậy cũng chẳng ích gì.

Khó khăn nằm ở chỗ ta không nhận biết được khi ý niệm tiêu cực vừa sinh khởi. Nó khởi lên từ sâu trong vô thức và khi lên đến tầng nhận thức thì nó đã quá mạnh, đủ để chế ngự chúng ta, và ta không thể quan sát nó được.

Rồi ví như tôi thuê một thư ký riêng chỉ để mỗi khi sân hận khởi sinh thì người ấy sẽ nói với tôi: "Xem kìa, sân hận đã bắt đầu." Vì không thể biết được khi nào sân hận sẽ khởi sinh, nên tôi phải thuê ba người thư ký riêng cho ba phiên làm việc trong suốt hai mươi bốn giờ. Cứ cho là tôi đủ tiền chi trả để làm như vậy và khi sân hận khởi sinh, lập tức một người thư ký sẽ báo cho tôi: "Ồ xem kìa, sân hận đã bắt đầu." Việc đầu tiên tôi làm là sẽ mắng anh ta: "Đồ ngốc, anh nghĩ anh được trả tiền để dạy khôn tôi sao?" Tôi đã bị sự sân hận khống chế nhiều đến nỗi lời khuyên tốt đẹp cũng chẳng giúp được gì.

Và ví như tôi giữ được sự khôn ngoan để không la mắng người thư ký. Thay vì vậy, tôi nói: "Cám ơn nhiều. Bây giờ tôi phải ngồi xuống để quan sát cơn giận của tôi." Nhưng điều này có khả thi chăng? Ngay khi tôi nhắm mắt lại và cố quan sát cơn giận, đối tượng đã gây ra cơn giận lập tức hiện ra trong đầu – đó là người hoặc sự việc đã gây ra cơn giận. Và rồi tôi không quan sát chính bản thân cơn giận mà chỉ quan sát những tác nhân bên ngoài đã khơi dậy cảm xúc giận dữ đó. Điều này chỉ làm tăng thêm cơn giận, và do đó không phải là giải pháp. Rất khó quan sát bất kỳ ý niệm tiêu cực hoặc cảm xúc trừu tượng nào tách biệt hẳn với đối tượng bên ngoài đã gây ra chúng.

Tuy nhiên, một bậc giác ngộ chân lý tối thượng – đức Phật - đã tìm ra được giải pháp thiết thực. Ngài khám phá rằng bất cứ khi nào một phiền não bất kỳ khởi sinh trong tâm thì đều có hai việc cùng lúc xảy ra nơi thân. Thứ nhất là cơ thể mất đi nhịp thở bình thường. Chúng ta bắt đầu thở nặng nề hơn khi phiền não khởi sinh trong tâm. Điều này rất dễ quan sát. Ở mức độ tinh tế hơn, một phản ứng sinh hóa bắt đầu xảy ra trong cơ thể, tạo ra một cảm xúc nào đó. Mỗi một phiền não đều sẽ tạo ra một cảm xúc nào đó trong cơ thể.

Điều này cho ta một giải pháp thực tiễn. Một người bình thường không thể quan sát những phiền não trừu tượng trong tâm thức như sự sợ hãi, sân hận, si mê. Nhưng với sự hướng dẫn và tập luyện đúng cách thì rất dễ quan sát sự hô hấp và cảm giác trong cơ thể. Cả hai đều liên quan trực tiếp đến những phiền não trong tâm.

Hơi thở và cảm giác có ích cho ta theo hai cách. Thứ nhất, nó giống như những người thư ký riêng. Ngay khi phiền não nổi lên trong tâm, hơi thở sẽ mất bình thường. Nó sẽ báo động: "Xem kìa, có gì đó không ổn." Và vì chúng ta không thể la mắng hơi thở, chúng ta phải chấp nhận sự cảnh báo. Tương tự, các cảm giác sẽ cho ta biết khi có gì đó không ổn. Rồi khi đã được cảnh báo, ta có thể bắt đầu quan sát sự hô hấp, bắt đầu quan sát cảm giác, và rất nhanh chóng ta sẽ thấy là phiền não đó đã mất đi.

Hiện tượng tâm và thân này giống như hai mặt của một đồng xu. Một mặt là ý nghĩ và cảm xúc hiện ra trong tâm, mặt kia là hơi thở và cảm giác trên thân. Bất cứ ý tưởng, xúc động nào, bất cứ phiền não nào nảy sinh trong tâm đều biểu hiện bằng hơi thở và cảm giác ngay lúc đó. Do vậy, bằng cách quan sát sự hô hấp hoặc cảm giác, chúng ta thực sự quan sát được phiền não trong tâm. Thay vì tránh né vấn đề, chúng ta phải nhìn thẳng vào thực tại đúng thật như đang hiện hữu. Kết quả ta thấy rằng, phiền não mất đi sức mạnh, chúng không còn trấn áp được ta như trong quá khứ. Nếu ta kiên trì, chúng sẽ hoàn toàn biến mất và ta bắt đầu được sống an lạc, một cuộc sống ngày càng ít phiền não.

Bằng cách này, phương pháp tự quan sát cho chúng ta thấy được thực tại ở hai phương diện: nội tâm và ngoại cảnh. Trước đây, chúng ta chỉ nhìn bên ngoài mà quên đi sự thật bên trong. Chúng ta luôn luôn tìm kiếm bên ngoài về nguyên nhân của những bất hạnh. Chúng ta luôn luôn đổ lỗi và cố thay đổi thực tại bên ngoài. Vô minh về thực tại bên trong, chúng ta không bao giờ hiểu rằng nguồn gốc của sự đau khổ nằm trong ta, nằm ngay trong những phản ứng mù quáng đối với những cảm giác dễ chịu hoặc khó chịu.

Bây giờ, với sự tập luyện, chúng ta có thể thấy được mặt kia của đồng tiền. Chúng ta có thể ý thức về hơi thở của mình, cũng như những gì đang xảy ra trong người. Dù là hơi thở hay cảm giác, chúng ta chỉ quan sát chúng mà không đánh mất sự bình tâm. Chúng ta ngừng phản ứng, ngừng gia tăng sự đau khổ của mình. Trái lại, chúng ta để cho phiền não biểu lộ rồi mất đi.

Càng thực tập phương pháp này, những phiền não ngày càng tan biến nhanh chóng hơn. Dần dần tâm ta không còn những bất tịnh và trở nên trong sạch. Một tâm thanh tịnh lúc nào cũng tràn đầy tình thương – một tình thương không vị kỷ đối với mọi người, đầy lòng từ bi trước những đau khổ và thất bại của người khác, vui mừng vì sự thành công và an lạc của người khác, và luôn bình tâm trong mọi hoàn cảnh.

Khi đạt được trình độ này, mọi thói quen trong đời ta đều thay đổi. Ta không thể có những lời nói hoặc hành động phá rối sự an lạc và hạnh phúc của người khác. Trái lại, một tâm quân bình không những chỉ trở nên an lạc mà bầu không khí chung quanh cũng tràn ngập sự an lạc và hài hòa. Điều này sẽ bắt đầu ảnh hưởng đến người khác và cũng giúp ích cho họ.

Bằng cách giữ được sự bình tâm trước mọi cảm xúc trong người, ta cũng tìm được cách tự tách biệt ra khỏi những gì gặp phải bên ngoài. Tuy nhiên, sự tách biệt không dính mắc này không phải là sự tránh né hoặc thờ ơ với những khó khăn của cuộc đời. Những người thực tập thiền Vipassana đều đặn thường trở nên nhạy cảm hơn đối với những khổ đau của người khác và làm hết khả năng của mình để xoa dịu những khổ đau này, không phải với một tâm bất an, mà với một tâm đầy tình thương, từ bi và sự bình tâm. Họ biết cách để có sự vô tư thánh thiện, học được cách tham gia hết lòng, nhiệt thành trong việc giúp đỡ người khác, đồng thời duy trì được sự bình tâm. Bằng cách này, họ giữ được sự an lạc và hạnh phúc trong lúc làm việc vì sự an lạc và hạnh phúc của người khác.

Đây là những gì Đức Phật đã giảng dạy: Một nghệ thuật sống. Ngài không thành lập một tôn giáo hay chủ thuyết nào cả. Ngài không bao giờ chỉ dẫn cho những người đến với Ngài thực hành nghi thức hay nghi lễ, những hình thức sáo rỗng nào. Trái lại, Ngài chỉ dạy cho họ quan sát thế giới tự nhiên như nó thật sự hiện hữu bằng cách quan sát thực tại nội tâm. Vì vô minh nên chúng ta luôn hành xử theo cách có hại cho mình và cho người. Nhưng khi đã có trí tuệ - trí tuệ do sự quan sát thực tại đúng như thật - thói quen phản ứng này mất đi. Khi chúng ta ngừng phản ứng mù quáng, chúng ta có khả năng hành xử một cách vô tư với sự bình tâm, một tâm thấy và hiểu được chân lý. Cách hành xử như vậy chỉ có thể mang tính tích cực, đầy sáng tạo, có lợi cho mình và cho người.

Như vậy, điều cần thiết là phải "tự biết mình" – đây là lời khuyên của mọi bậc thánh nhân. Chúng ta phải hiểu chính mình, không phải chỉ bằng sách vở, bằng lý thuyết, không phải chỉ bằng cảm xúc, hoặc đức tin, chỉ chấp nhận một cách mù quáng những gì ta nghe và học được. Sự hiểu biết như vậy không đủ. Tốt hơn hết, chúng ta phải hiểu được thực tại bằng thể nghiệm. Chúng ta phải chứng nghiệm trực tiếp về thực tại của hiện tượng thân và tâm này. Chỉ riêng điều này mới giúp chúng ta thoát khỏi đau khổ.

Kinh nghiệm trực tiếp thực tại bên trong, phương pháp tự quan sát này, được gọi là thiền Vipassana. Theo ngôn ngữ Ấn Độ vào thời Đức Phật, passana có nghĩa là thấy một cách bình thường với con mắt mở rộng. Nhưng Vipassana là quan sát sự việc đúng như thật chứ không phải có vẻ như thật. Sự thật hiển lộ ra bên ngoài cần phải được xuyên thấu cho tới khi ta thấy được sự thật rốt ráo của toàn thể cấu trúc tâm lý - vật lý này. Khi đã chứng nghiệm được sự thật này, chúng ta sẽ biết cách ngừng phản ứng mù quáng, ngừng tạo ra phiền não mới và những phiền não cũ sẽ từ từ mất đi một cách tự nhiên. Chúng ta sẽ hết khổ và hưởng được hạnh phúc thật sự.

Trong một khóa thiền, sự tu tập gồm có ba phần. Đầu tiên ta phải tránh những hành động bằng lời nói hoặc việc làm có hại cho sự an lạc và hài hòa của người khác. Ta không thể tu tập để giải thoát khỏi những bất tịnh khi có những hành động và lời nói làm gia tăng những bất tịnh này. Do đó, giới luật là điều rất quan trọng trong bước đầu tu tập. Ta thực hành không giết hại, không trộm cắp, không tà dâm, không nói dối, không sử dụng những chất gây nghiện. Bằng cách tránh những hành động này, ta làm cho tâm tĩnh lặng đủ để tiến xa hơn.

Phần kế tiếp là tu tập làm chủ tâm vọng động bằng cách chú tâm vào một đối tượng: đó là hơi thở. Ta cố gắng giữ được chú tâm vào sự hô hấp càng lâu càng tốt. Đây không phải là sự tập luyện về hơi thở, ta không điều khiển hơi thở. Trái lại ta quan sát sự hô hấp bình thường, lúc ra, lúc vào. Bằng cách này, ta làm cho tâm được tĩnh lặng hơn nữa, để nó không bị những phiền não chi phối. Cùng một lúc ta định được tâm, làm cho tâm nhạy bén và sâu sắc để có thể đưa đến tuệ giác.

Hai phần đầu này, sống có đạo đức và làm chủ được tâm, rất cần thiết và ích lợi, nhưng chúng chỉ đưa đến sự đè nén những phiền não nếu chúng ta không tập phần thứ ba, đó là thanh lọc hết những phiền não trong tâm bằng cách phát triển tuệ giác trong chính bản thân mình. Đây là Vipassana: chứng nghiệm sự thật về bản thân bằng cách quan sát bên trong ta một cách vô tư và có hệ thống những hiện tượng thay đổi không ngừng của thân và tâm thể hiện qua cảm giác. Đây là đỉnh cao của những lời dạy của Đức Phật: tự thanh lọc tâm bằng cách tự quan sát.

Mọi người ai cũng có thể tu tập được. Mọi người đều phải đương đầu với khổ đau. Đây là bệnh chung của con người và cần phải có thuốc chữa chung, không cho riêng ai. Khi ta đau khổ vì sân hận, nó không phải là sự sân hận của Phật giáo, hoặc sự sân hận của Ấn Độ giáo, hoặc sự sân hận của Thiên Chúa giáo. Sân hận là sân hận. Khi ta bất an vì giận dữ thì sự bất an này không chỉ dành riêng cho người theo Thiên Chúa giáo, hoặc Do Thái giáo hoặc Hồi giáo. Bệnh này là bệnh chung của nhân loại. Thuốc chữa phải chữa được cho mọi người.

Vipassana là một phương thuốc như thế. Không ai phản đối lối sống tôn trọng sự an lạc và hài hòa của người khác. Không ai phản đối việc làm chủ được tâm. Không ai phản đối sự phát triển tuệ giác nơi chính bản thân mình để có thể giải thoát tâm khỏi những phiền não. Vipassana là con đường chung cho mọi người.

Quan sát thực tại đúng thật như bản chất của nó bằng cách quan sát sự thật bên trong – đây là biết mình trực tiếp và bằng chứng nghiệm. Càng thực tập ta càng thoát khỏi sự đau khổ vì những bất tịnh trong tâm. Từ sự thật thô thiển, biểu lộ bên ngoài, ta xuyên thấu tới sự thật tối hậu về thân và tâm. Khi vượt qua được giai đoạn này, ta chứng nghiệm được một sự thật vượt ra ngoài thân và tâm, vượt thời gian và không gian, vượt ra ngoài phạm vi tương đối: chân lý về sự giải thoát hoàn toàn khỏi mọi phiền não, mọi bất tịnh, mọi khổ đau. Bất cứ danh từ nào ta gán cho sự thật tối hậu này đều không hề liên quan đến nó. Nhưng nó là mục tiêu cuối cùng của hết thảy mọi người.

Nguyện cho quý vị chứng nghiệm được sự thật tối hậu này. Nguyện cho mọi người thoát khỏi khổ đau. Nguyện cho mọi người hưởng được an lạc thật sự, hài hòa thật sự, hạnh phúc thật sự.

Nguyện cho tất cả chúng sinh được hạnh phúc.

—S. N. Goenka

Thực hành nuôi dưỡng tâm từ (mettā bhāvanā) trong thiền Vipassana

Bài viết này được trình bày trong Hội thảo về thiền Vipassana tại Dhamma Giri, Ấn Độ, vào tháng 12 năm 1986.

Việc thực hành nuôi dưỡng tâm từ (*mettā bhāvanā*) là một pháp bổ trợ quan trọng cho phương pháp thiền Vipassana - thực ra, đây là một hệ quả tất yếu. Trong việc nuôi dưỡng tâm từ, thiền sinh phát tỏa tâm từ và ý nguyện tốt đẹp hướng đến tất cả chúng sinh, với chủ ý đưa vào bầu không khí quanh mình sự an tĩnh, những rung động tích cực của sự tinh khiết và lòng thương yêu bi mẫn. Đức Phật hướng dẫn các đệ tử của ngài phát triển tâm từ để đưa đến một cuộc sống bình an và hòa hợp nhiều hơn, cũng như giúp cho những người khác đạt được như vậy. Thiền sinh Vipassana được khuyến khích thực hành theo hướng dẫn đó, bởi vì tâm từ (*mettā*) là cách để chia sẻ với người khác sự bình an và hòa hợp mà ta phát triển được.

Luận giải Kinh điển nói: *Mijjati siniyhatiṛti mettā.* (Điều tạo nên khuynh hướng thân thiện chính là tâm từ.) Đó là một ước nguyện chân thành, không chút dấu vết của ác ý, cầu mong sự tốt đẹp và hạnh phúc cho tất cả mọi chúng sinh. Và cũng nói: *Adosoṛti mettā* (Không có oán ghét, đó là tâm từ.) Đặc điểm chính của tâm từ là một thái độ vị tha sẵn lòng giúp đỡ. Điều này dẫn đến sự thể nhập tự thân với muôn loài chúng sinh – nhận thức được quan hệ thân thiết giữa mọi sự sống.

Nhận hiểu khái niệm này chỉ trên bình diện tri thức thì khá dễ dàng, nhưng sẽ khó khăn hơn nhiều để phát triển được thái độ sống như vậy trong chính tự thân mỗi người. Để làm được điều này, cần có sự tu tập rèn luyện, và chúng ta có pháp tu nuôi dưỡng tâm từ (*mettā-bhāvanā*) hay thiền tâm từ, một sự vun bồi có hệ thống ý nguyện tốt lành hướng về người khác. Để thực sự có hiệu quả, thiền tâm từ nhất thiết phải được thực hành song song với thiền Vipassana. Khi những điều tiêu cực như sự oán ghét vẫn còn ngự trị trong tâm ý thì thật vô ích khi cố hình thành những ý nguyện tốt đẹp, và việc làm như vậy hẳn cũng chỉ là một nghi thức trống rỗng không có ý nghĩa nội tại. Nhưng khi những điều tiêu cực được thanh lọc qua sự tu tập thiền Vipassana thì những ý nguyện tốt đẹp sẽ tự nhiên tràn ngập trong tâm. Được thoát ra từ ngục tù tự giam hãm của lòng vị kỷ, chúng ta bắt đầu biết tự mình quan tâm đến hạnh phúc của người khác.

Vì lý do này, pháp tu thiền tâm từ (*mettā-bhāvanā*) chỉ được giới thiệu vào cuối khóa thiền Vipassana, sau khi các thiền sinh đã trải qua tiến trình thanh lọc. Vào một thời điểm như thế, thiền sinh thường cảm thấy nguyện ước sâu sắc cho hạnh phúc của người khác, giúp cho sự thực hành tâm từ của họ thực sự có hiệu quả. Cho dù trong khóa tu chỉ có một ít thời gian hạn chế được dành cho thực hành thiền tâm từ, nhưng đây có thể được xem như thành quả sau cùng của việc thực hành thiền Vipassana.

Niết-bàn (*Nibbāna*) chỉ có thể được chứng nghiệm bởi những ai có đầy từ tâm và lòng bi mẫn với tất cả chúng sinh. Chỉ đơn thuần nguyện ước không thôi thì chưa đủ: chúng ta nhất thiết phải thanh lọc tâm mình để đạt đến từ tâm và lòng bi mẫn như thế. Và chúng ta làm điều này qua việc thực hành thiền Vipassana. Do vậy, phương pháp này được nhấn mạnh trong suốt khóa tu.

Khi thực hành, chúng ta bắt đầu nhận biết được thực tại ẩn tàng của thế giới này, bao gồm cả tự thân chúng ta, chính là [một tiến trình của] sự sinh khởi và diệt mất trong từng khoảnh khắc. Chúng ta nhận ra rằng tiến trình thay đổi này tiếp diễn vượt ngoài sự kiểm soát của chúng ta và bất chấp những mong muốn của ta. Dần dần ta hiểu được rằng bất kỳ sự bám víu nào vào những thứ phù du giả tạm đều tạo ra đau khổ cho ta. Chúng ta học được cách không bám víu và luôn giữ tâm quân bình trước bất kỳ hiện tượng thoáng qua nào. Và chúng ta bắt đầu trải nghiệm được những gì là hạnh phúc chân thật: không phải sự thỏa mãn những khao khát hay ngăn chặn được sự sợ hãi, mà đúng hơn là giải thoát ra khỏi vòng xoáy của những khao khát và sợ hãi. Khi sự an định nội tâm phát triển, chúng ta sẽ thấy một cách rõ ràng vì sao người khác vướng mắc vào khổ đau, và tự nhiên một ước nguyện khởi sinh: "Nguyện cho chúng sinh tìm được những gì tôi đã tìm được: phương pháp thoát khỏi khổ đau, con đường đi đến an bình." Đây là ý nguyện thích hợp cho việc thực hành nuôi dưỡng tâm từ (*mettā-bhāvanā*).

Tâm từ không phải sự cầu nguyện [thụ động], cũng không phải hy vọng một nguồn lực trợ giúp từ bên ngoài. Ngược lại, đó là một tiến trình năng động tạo ra bầu không khí hỗ trợ mà trong đó những người khác có thể có thể hành động để tự giúp chính họ. Tâm từ có thể hướng đến một người cụ thể hay cũng có thể phóng tỏa đến khắp mọi nơi. Nhận thức rằng tâm từ không được tạo ra bởi chúng ta giúp cho sự lan tỏa của nó thực sự là vô ngã.

Để sinh khởi được tâm từ, tâm thức phải an định, quân bình và không còn những điều tiêu cực. Đây là loại tâm thức được phát triển trong thực hành thiền Vipassana. Một thiền giả nhận biết qua kinh nghiệm rằng giận dữ, oán ghét hay ác ý sẽ hủy hoại sự bình an như thế nào cũng như vô hiệu hóa mọi nỗ lực giúp đỡ người khác. Chỉ khi tâm ghét bỏ được loại trừ và sự bình tâm được phát triển thì chúng ta mới có thể hạnh phúc và mong ước hạnh phúc cho người khác. Lời nguyện "Nguyện cho tất cả chúng sinh được hạnh phúc" chỉ có năng lực lớn lao khi được phát ra từ một tâm thanh tịnh. Dựa trên sự thanh tịnh này, lời nguyện ấy chắc chắn sẽ có hiệu quả trong việc mang lại hạnh phúc cho người khác.

Vì thế, chúng ta nhất thiết phải tự xét mình trước khi thực hành thiền tâm từ, để xem liệu ta có thực sự có khả năng phóng tỏa tâm từ hay không. Nếu ta tìm thấy dù chỉ mảy may sự căm ghét, oán hận trong tâm mình, ta nên tạm dừng lại vào lúc đó.

Nếu không, ta có thể sẽ lan tỏa những tiêu cực ấy, gây hại cho người khác. Tuy nhiên, nếu thân tâm ta tràn đầy sự an tĩnh và một niềm phúc lạc thì điều tự nhiên và thích hợp là chia sẻ hạnh phúc đó với người khác: "Nguyện cho quý vị được hạnh phúc. Nguyện cho quý vị giải thoát khỏi mọi phiền não gây ra khổ đau. Nguyện cho tất cả chúng sinh đều được an lành."

Khuynh hướng yêu thương này cho phép chúng ta hành xử khéo léo hơn trong sự thăng trầm của cuộc đời. Chẳng hạn, khi ta gặp một người hành động với ác ý hãm hại người khác, phản ứng thông thường – với sự sợ hãi và căm ghét – là chỉ vì chính mình, sẽ không có tác động gì cải thiện tình huống, trong thực tế còn làm tăng thêm sự tiêu cực. Hẳn sẽ hữu ích hơn nhiều nếu ta duy trì được sự an định và bình tâm, với thiện chí tốt đẹp, nhất là đối với người đang hành động sai trái. Điều này không thể chỉ thuần túy là một quan điểm tri thức, một vẻ ngoài cao thượng che giấu những tiêu cực chưa giải trừ. Tâm từ chỉ hiệu quả khi được tự nhiên tuôn tràn từ một tâm thức đã thanh tịnh.

Sự an định đạt được trong khi hành thiền Vipassana sẽ tự nhiên làm khởi sinh tâm từ, và tâm từ này sẽ tiếp tục tác động một cách tích cực đến chúng ta và môi trường quanh ta. Do đó, Vipassana cuối cùng có một chức năng kép: vừa mang lại hạnh phúc cho ta bằng cách thanh lọc tâm, vừa giúp ta nuôi dưỡng hạnh phúc của người khác qua việc chuẩn bị sẵn sàng để ta thực hành tâm từ. Xét cho cùng, mục đích của việc tự giải thoát mình khỏi những tiêu cực và chấp ngã là gì nếu không phải là chia sẻ những lợi lạc này với người khác? Trong một khóa ẩn tu, chúng ta tạm thời tách biệt bản thân mình với thế giới là để rồi sẽ quay trở lại và chia sẻ với người khác những gì ta đạt được trong khi ẩn tu. Hai khía cạnh này của sự thực hành Vipassana là không thể tách rời.

Trong thời đại ngày nay, khi bệnh khổ tràn lan, giàu nghèo phân cách, bạo loạn bất an, nhu cầu nuôi dưỡng tâm từ trở nên cần thiết hơn bao giờ hết. Nếu bình an và hòa hợp có thể ngự trị trên khắp thế giới này thì trước hết những phẩm tính ấy phải được thiết lập ngay từ trong tâm thức của hết thảy mọi người.

Lời cảm tạ

Hầu hết những bài viết trong tuyển tập này mang tên ngài S. N. Goenka. Ban biên tập xin bày tỏ lòng biết ơn đối với ngài Goenka và Viện nghiên cứu Vipassana (Vipassana Research Institute) ở Igatpuri, Ấn Độ về việc đã cho phép sử dụng những tài liệu này.

Các bài viết trích từ *Bản tin Vipassana* (Vipassana Newsletter) gồm có:

- *Sự ra đi trong Chánh pháp của mẹ tôi* (S. N. Goenka),
- *Hiện hữu như thật – đã và đang* (Graham Gambie),
- *Một cái chết mẫu mực* (S. N. Goenka),
- *Nghiệp – Sự thừa kế đích thực* (S. N. Goenka),
- *Sống và chết trong Chánh pháp* (S. N. Goenka),
- *Bình tâm đối mặt bệnh nan y* (Mr. S. Adaviappa),
- *Hãy tu tập để tự cứu mình* (S. N. Goenka)
- *Bảy mươi năm đã qua* (S. N. Goenka).

Các tài liệu khác của *Viện nghiên cứu Vipassana* gồm có:

- Về pháp thiền Vipassana,
- Nghệ thuật sống: Thiền Vipassana,
- Thực hành nuôi dưỡng tâm từ trong thiền Vipassana
- Bảng thuật ngữ cuối sách
- Một số các bản dịch từ kinh văn và nhiều trích dẫn khác nhau của S. N. Goenka và Sayagyi U Ba Khin.

Tất cả các thi kệ Hindi (doha) được trích từ thi tập *Hãy đến đây, nhân loại thế gian này* (Come People of the World) của S. N. Goenka.

Các phần *Hỏi Đáp với Thầy Goenkaji (I, II và III)* được trích từ nhiều nguồn khác nhau, bao gồm từ các Bản tin Vipassana và những cuộc tham vấn riêng.

Bài *Sự ra đi của Graham* của tác giả Anne Doneman trước đây được in trong sách *Realizing Change* của Ian Hetherington, ấn bản của Vipassana Research Publications.

Bài *Điều gì xảy ra lúc chết* của S. N. Goenka ban đầu được in trong tạp chí *Sayagyi U Ba Khin Journal* của Viện nghiên cứu Vipassana.

Bài *Nguyên lý duyên khởi* được trích từ sách *Tóm lược các bài giảng* (The Discourse Summaries), phần bài giảng ngày thứ 5, ấn bản của Viện nghiên cứu Vipassana.

Các trích dẫn của ngài *Venerable Webu Sayadaw* được trích từ sách *Con đường đưa đến an tĩnh tuyệt đối* (The Way to Ultimate Calm), do Roger Bischoff chuyển dịch, ấn bản của Buddhist Publication Society, 2001.

Các dữ liệu để viết bài *Chỉ khoảnh khắc hiện tại* và *Đối diện cái chết* được lấy từ những cuộc phỏng vấn riêng với Susan Babbitt và Terrell, Diane Jones. Một phần của bài *Chỉ khoảnh khắc hiện tại* cũng đã được xuất bản với tên là *Hòa vào vũ khúc vũ trụ* (Join the Cosmic Dance), ấn bản của Thee Hellbox Press.

Cuộc phỏng vấn với Rodney Bernier để viết thành bài *Một cái chết hoan hỷ* (Smiling All the Way to Death) là do Evie Chauncey cung cấp.

Bài *Dòng nước mắt* (The Flood of Tears) do C. A. F. Rhys Davids dịch sang Anh ngữ, được trích từ sách *The Book of Kindred Sayings*, Phần II, ấn bản của Pali Text Society.

Lá thư của John Wolford trong bài *Mãi mãi tri ân* (The Undying Gratitude) được mẹ của John, bà Laurie Campbell cung cấp. Xin cảm ơn Laurie và Gabriela Ionita đã cho phép sử dụng những lá thư riêng của họ gửi đến ngài Goenkaji.

Bài kệ của Ambapālī được Amadeo Solé-Leris dịch sang Anh ngữ, trích từ sách *Cuộc đời, công hạnh và di sản của các vị đại đệ tử Phật* (Great Disciples of the Buddha: Their Lives, Their Works, Their Legacy) của Nyanaponika Thera và Helmuth Hecker, Buddhist Publication Society giữ bản quyền (2003), được tái bản với sự cho phép của The Permissions Company, Inc., thay mặt cho nhà xuất bản Wisdom Publications (www.wisdompubs.org).

Các bài kệ số 41, 128, 165, 288 và 289 trong kinh Pháp Cú (Dhammapada), bản dịch Anh ngữ của Harischandra Kaviratna, được sử dụng với sự cho phép của Theosophical University Press, Pasadena, California.

Kinh Paṭhama-ākāsa (thuộc Trung Bộ Kinh) được trích từ tạp chí Vipassana Journal, ấn bản của Viện nghiên cứu Vipassana.

[Các trích dẫn từ] Tăng Chi Bộ Kinh (Aṅguttara Nikāya II, 10) do Ven. S. Dhammika dịch sang Anh ngữ, được trích từ sách Gemstones of the Good Dhamma, ấn bản của Buddhist Publication Society.

Các kệ tụng khác trong Tam tạng Kinh điển (Tipiṭaka) được trích dẫn ở đây, rất tiếc là chúng tôi không biết rõ nguồn. Ban biên tập chân thành cáo lỗi với các dịch giả nào có bản dịch được sử dụng mà không nêu tên.

Irek Sroka đã thiết kế bìa trước của bản sách Anh ngữ và Julie Schaeffer thiết kế bìa sau.

Về các bức hình:

- Hình của Graham Gambie, được Anne Donemon cho phép sử dụng.

- Hình của Rodney Bernier, do Patrick McKay bấm máy.

- Hình của Ratilal Mehta, được Himanshu Mehta cho phép
sử dụng.

Công việc biên tập rà soát được thực hiện bởi Luke Matthews,
Ben Baroncini, Michael Solomon, Peter Greene, William Hart,
Frank Tedesco, Julie Schaeffer và một số người khác.

Hình ảnh được Eric M. Madigan chỉnh sửa.

Cuối cùng, xin cảm tạ Bill, phu quân của tôi, về trí tuệ của
anh và sự kiên nhẫn không giới hạn khi trợ giúp tôi trong suốt
mọi công đoạn chuẩn bị bản thảo tuyển tập này.

Bảng chú giải thuật ngữ

Trong bảng này là các thuật ngữ tiếng Pāli (và một số tiếng Hindi, Miến Điện) đã sử dụng trong sách.

ānāpāna – Thở, hô hấp; hít vào, thở ra. Thuật ngữ này thường được dùng như dạng viết tắt của *ānāpāna-sati: niệm hơi thở, sự tỉnh giác nhận biết về hơi thở.*

anattā – Không có tự ngã, vô ngã, không có tự tánh tự tồn tại, không có thực chất. Đây là một trong ba đặc tính cơ bản của các pháp, hai đặc tính khác là vô thường *(anicca) và khổ (dukkha).*

anicca – Vô thường. Một trong ba đặc tính cơ bản của các pháp, hai đặc tính khác là vô ngã *(anattā) và khổ (dukkha).*

arahant – A-la-hán, bậc giác ngộ; người đã dứt trừ hoàn toàn các lậu hoặc.

bhāva – Hữu, sinh thành, trở thành; sự tương tục của sự sống và cái chết.

bhāvanā – Sự phát triển tinh thần; thiền. Hai nhánh của thiền là chỉ, sự phát triển tính an định (samatha-bhāvanā), tập trung tâm trí, định (samādhi); và quán, sự phát triển tuệ giác nội quán (vipassanā-bhāvanā), trí tuệ (paññā). Sự phát triển định dẫn đến các trạng thái thâm nhập sâu của tâm thức (jhāna); sự phát triển tuệ giác nội quán dẫn đến sự giải thoát.

bhāvatu sabba maṅgalaṃ – Lời cầu chúc tốt lành theo truyền thống, hiểu sát nghĩa là: *"Mong cho hết thảy chúng sinh đều được tốt lành, hạnh phúc."*

bhikkhu – Tỳ-kheo, tăng sĩ; thiền giả.

bhikkhunī – Tỳ-kheo ni, ni cô, ni sư; nữ thiền giả.

brahma-loka – Phạm thiên, cõi trời, chỉ một trong 20 cảnh giới cao nhất của sự hiện hữu.

Buddha – Giác giả, Đấng Giác Ngộ; người tìm ra con đường giải thoát, thực hành theo đó và đã đạt đến mục đích rốt ráo nhờ vào những nỗ lực của chính mình.

dāna – Sự hào phóng, bố thí; hiến tặng.

deva – vị trời; chư thiên cõi trời. Cũng gọi là devaputta – thiên tử.

dhamma – Các pháp, mọi hiện tượng; đối tượng của tâm; tự nhiên; luật tự nhiên; nguyên lý giải thoát, chẳng hạn như giáo pháp của một bậc giác ngộ. (Sanskrit: dharma.)

doha – (Hindi) Thi kệ, những câu, đoạn có vần điệu.

dukkha – Khổ đau, bất toại nguyện; một trong ba đặc tính cơ bản của các pháp, hai đặc tính khác là vô ngã (anattā) và vô thường (anicca).

gāthā – Thi kệ.

Gotama – Cồ-đàm; họ, danh xưng gia tộc của đức Phật Thích-ca Mâu-ni có thật trong lịch sử. (Sanskrit: Gautama)

Goenkaji – Ông S. N. Goenka. Hậu tố "-ji" bày tỏ sự quý mến và tôn kính.

Jainism – Kỳ-na giáo, một tôn giáo Ấn Độ cổ xưa, vô thần, chủ trương bất hại, nhấn mạnh vào các nguyên lý bất bạo động, đạo đức, trí tuệ và sự cần thiết của nỗ lực tự thân nhằm đạt đến sự giải thoát.

kāma – Khát vọng, ham muốn, khoái lạc dục vọng.

kamma – Hành động; một cách cụ thể, danh từ này chỉ một hành vi của thân, khẩu hoặc ý tạo ra một hệ quả nào đó. (Sanskrit, karma.)

loka – Vũ trụ; thế giới; cảnh giới của sự hiện hữu.

maṅgala – An vui tốt lành, phúc đức, hạnh phúc.

maraṇānusati – Tỉnh giác về cái chết.

Mataji – (Hindi) Người mẹ. Trong ngữ cảnh của bài viết trong sách, từ này được dùng chỉ bà Goenka.

mettā – Tâm từ; tình yêu thương vị tha, thiện ý.

mettā bhāvanā – Sự nuôi dưỡng tâm từ một cách có hệ thống thông qua thiền tập.

nibbāna – Niết-bàn, tịch diệt; thoát khỏi mọi khổ đau, giải thoát; thực tại rốt ráo; sự thoát khỏi mọi điều kiện ràng buộc. (Sanskrit: nirvāṇa)

Pāli – Dòng chữ; văn bản. Những văn bản ghi lại lời dạy của Phật, do đó cũng là tên gọi loại ngôn ngữ ghi chép các văn bản này. Các chứng cứ về mặt lịch sử, ngôn ngữ học và khảo cổ học cho thấy tiếng Pāli là ngôn ngữ được sử dụng ở Bắc Ấn vào thời đức Phật hoặc gần với thời điểm này.

paññā – Bát-nhã, trí tuệ. Phần thứ ba trong ba phạm trù tu tập (giới, định, tuệ) theo đó Bát Thánh đạo (*Ariya aṭṭhaṅgika magga*) được thực hành. Có ba loại trí tuệ: *suta-mayā paññā*, trí tuệ tiếp nhận từ người khác, ví dụ như trí tuệ có được qua việc nghe người khác giảng giải (Văn tuệ), *cintā-mayā paññā*, trí tuệ đạt được qua phân tích lý luận (Tư tuệ), và *bhāvanā-mayā paññā*, trí tuệ được phát triển qua kinh nghiệm trực tiếp của bản thân (Tu tuệ). Chỉ duy nhất *bhāvanā-mayā paññā*, được nuôi dưỡng qua thực hành phát triển tuệ giác nội quán (*vipassanā-bhāvanā*), mới có thể làm cho tâm thức được thanh tịnh hoàn toàn.

pāramī / pāramitā – Ba-la-mật, Ba-la-mật-đa, sự hoàn thiện, đức hạnh; những phẩm tính tinh thần tốt đẹp, những phẩm hạnh cao quý.

paṭicca-samuppāda – Duyên sinh, duyên khởi, nhân duyên. Là tiến trình sinh khởi từ vô minh, qua đó chúng sinh tạo thành khổ đau.

rūpa – Sắc pháp, vật chất; đối tượng nhìn thấy được.

sādhu – *"Lành thay!" "Thật khéo làm; khéo nói!"* Cách nói theo truyền thống để biểu đạt sự chấp thuận hay tán thành, thường được lặp lại ba lần.

samādhi – Định, sự tập trung, kiểm soát tâm ý. Phần thứ hai trong ba phạm trù tu tập (giới, định, tuệ) theo đó Bát Thánh đạo (*Ariya aṭṭhaṅgika magga*) được thực hành. Khi được tu tập với tự thân nó như một phương tiện sẽ dẫn đến việc đạt đến các trạng thái định của tâm thức (*jhāna*) nhưng không đạt sự hoàn toàn giải thoát tâm thức.

saṃsāra – Luân hồi, vòng xoay của sự tái sinh; thế giới của sự điều kiện hóa; cảnh giới của khổ đau.

saṅkhāra – (Sanskrit: *samskāra*) Hành, tâm tác ý; tâm nội kết hay tâm mang điều kiện; tâm phản ứng. Một trong bốn uẩn hay tiến trình [thuộc về danh pháp, phân biệt với sắc pháp]. Ba uẩn khác là thức (*viññāṇa*), tưởng (*saññā*), và thọ (*vedanā*).

saññā – Tưởng, sự nhận biết, tri giác. Một trong bốn uẩn hay tiến trình [thuộc về danh pháp, phân biệt với sắc pháp]. Ba uẩn khác là thức (*viññāṇa*), hành (*saṅkhāra*), và thọ (*vedanā*). Tưởng bị điều kiện hóa bởi hành của ta trong quá khứ và do đó truyền đạt một hình ảnh méo mó sai lệch của thực tại. Trong sự tu tập Vipassana, tưởng được chuyển hóa thành tuệ giác, sự hiểu biết thực tại đúng thật như nó đang hiện hữu: *aniccasaññā* (tuệ giác về vô thường), *dukkha-saññā* (tuệ giác về khổ), *anattā-saññā* (tuệ giác về vô ngã), *asubhasaññā* (tuệ giác về bất tịnh, tính chất giả tạm của vẻ đẹp [thể chất]).

sāsana – Phật pháp, sự giáo hóa của một vị Phật; quãng thời gian mà giáo pháp của một vị Phật còn lưu hành ở thế gian.

sati – Niệm, sự tỉnh giác rõ biết. *Ānāpāna-sati* – niệm hơi thở. *Sammā-sati* – chánh niệm, một trong Bát Thánh đạo (*Ariya aṭṭhaṅgika magga*).

satipaṭṭhāna – Niệm xứ, thiết lập sự tỉnh giác, trong bốn khía cạnh:

kāyānupassanā – thân niệm xứ, tỉnh giác về thân thể.

vedanānupassanā – thọ niệm xứ, tỉnh giác về mọi cảm giác trong thân thể.

cittānupassanā – tâm niệm xứ, tỉnh giác về tâm ý.

dhammānupassanā – pháp niệm xứ, tỉnh giác về các pháp, các hiện tượng.Tất cả bốn khía cạnh này đều bao gồm trong thọ (*vedanā*) bởi vì cảm giác liên quan trực tiếp đến cả thân và tâm.

sayadaw – (Miến Điện) Nghĩa đen là "bậc thầy tôn kính", được dùng chỉ vị tu viện trưởng hay vị tăng cao cấp trong một tu viện.

sayagyi – (Miến Điện) Nghĩa đen là "bậc thầy lớn", được dùng như một danh xưng cao quý hay tôn kính.

sīla – Giới luật, sự kiêng dè, không làm những hành vi hay lời nói gây hại cho chính mình hoặc người khác. Phần thứ nhất trong ba phạm trù tu tập (giới, định, tuệ) theo đó Bát Thánh đạo (*Ariya aṭṭhaṅgika magga*) được thực hành.

sutta – Những lời dạy của đức Phật hay một trong các đại đệ tử của ngài. (Sanskrit: *sūtra*)

Tipiṭaka – Nghĩa đen là "ba giỏ chứa" (Sanskrit: *tripiṭaka*), chỉ toàn bộ sưu tập các giáo pháp của đức Phật, bao gồm: Luật tạng (*vinaya-piṭaka*), giới luật trong đời sống xuất gia; Kinh tạng (*sutta-piṭaka*), các bài giảng của Phật, giáo pháp; Luận tạng (*abhidhamma-piṭaka*), những luận giải có hệ thống về các pháp của chư Tổ.

U – (Miến Điện) Ông, danh xưng.

vedanā – Thọ, cảm thọ; cảm giác của thân thể. Một trong bốn uẩn hay tiến trình [thuộc về danh pháp, phân biệt với sắc pháp]. Ba uẩn khác là thức (*viññāṇa*), tưởng (*saññā*) và hành (*saṅkhāra*). Theo giáo lý Duyên khởi, tham ái (*taṇhā*) khởi sinh phụ thuộc vào cảm thọ (*vedanā*). Xem thêm về Duyên khởi (*paṭicca-samuppāda*). Vì bao gồm cả hai khía cạnh tinh thần (tâm) và thể chất (thân) nên thọ là một đối tượng thuận tiện để quán sát thân tâm. Bằng việc học cách quán sát cảm thọ một cách khách quan, ta có thể tránh được những phản ứng mới thuộc về tham ái (thèm khát) hay sân hận (chán ghét né tránh), và trực tiếp trải nghiệm trong tự thân mình thực tại vô thường (*anicca*). Kinh nghiệm này là thiết yếu để phát triển sự bình tâm (*upekkhā*), đưa đến giải thoát tâm.

viññāṇa – Thức, nhận thức. Một trong bốn uẩn hay tiến trình [thuộc về danh pháp, phân biệt với sắc pháp]. Ba uẩn khác là *tưởng* (*saññā*), *thọ* (*vedanā*) và *hành* (*saṅkhāra*).

vipassanā – Tuệ quán, minh sát. Nghĩa đen là "nhìn theo một cách đặc biệt", chỉ sự quay vào quán sát bên trong, nội quán. Tuệ giác nội quán làm thanh tịnh tâm ý; cụ thể là tuệ giác nội quán về sự vô thường, bất toại nguyện và không có thực thể của tâm và thân. Cũng chỉ cho *vipassanā-bhāvanā* – sự phát triển có hệ thống của tuệ giác nội quán thông qua việc quán sát những cảm giác trong thân thể.

Pragyā jāge balavatī,
aṅga-aṅga rama jāya.
Aṇu-aṇu cetana ho uṭhe,
cita nirmala ho jāya.

—Hindi doha, S. N. Goenka

Nguyện cho trí tuệ khởi sinh,
với sức mạnh sung mãn
Và trải rộng trong suốt cuộc đời người,
Làm bừng lên sức sống trong từng tế bào,
Và thanh lọc tâm thức.

- Thi kệ Hindi, S.N. Goenka

GIỚI THIỆU VỀ VIPASSANA

Các khóa thiền Vipassana theo sự giảng dạy của Thiền sư S. N. Goenka thuộc truyền thống Sayagyi U Ba Khin được tổ chức thường xuyên tại nhiều quốc gia trên khắp thế giới.

Để có thêm thông tin và lịch tổ chức các khóa thiền trên toàn cầu cũng như mẫu đơn đăng ký tham dự, vui lòng ghé thăm website: www.dhamma.org

VỀ PARIYATTI

Mục tiêu của Pariyatti là để phục vụ và tạo điều kiện thuận lợi cho người đến với giáo huấn nguyên bản Dhamma của Đức Phật bao gồm (pariyatti) và thực hành (patipatti) của phương pháp thiền Vipassana. Pariyatti là một tổ chức từ thiện phi lợi nhuận ra đời từ năm 2002, và được hỗ trợ bởi những cá nhân đã được hưởng lợi và muốn chia sẻ giá trị vô biên của giáo huấn Dhamma. Chúng tôi xin mời quý vị tham khảo trang web: www.pariyatti.org để biết thêm về các chương trình, các dịch vụ, các phương cách định hướng hỗ trợ xuất bản và những việc liên quan khác.

Pariyatti Ấn Bản

Vipassana Research Publications (Tập trung chủ yếu về Vipassana đã được dạy bởi Thiền sư S.N.Goenka theo truyền thống của Thiền sư Sayagi U Ba Khin)

BPS Pariyatti Editions (Sách chọn lọc từ Buddhist Publications Society, đồng xuất bản bởi Pariyatti ở châu Mỹ)

Pariyatti Digital Editions (sản phẩm audio và video, bao gồm cả pháp thoại)

Pariyatti Press (sách truyền thống được in lại và bài viết của những tác giả đương thời)

CPSIA information can be obtained
at www.ICGtesting.com
Printed in the USA
BVHW071926271221
624891BV00001B/74